듣기 말하기

베트남어
Tiếng Việt Nghe Nói

저자 이강우, 강하나, 황엘림, 조윤희, 이정은, 최해형, Nguyễn Thị Thanh Tâm

초급 A2

랭기지플러스

　　베트남은 역사, 문화적으로 우리나라와 유사한 점이 많이 있습니다. 베트남은 지속적인 경제성장을 이루고 있으며 우리나라의 주요 투자, 교역 국가로 부상하는 등, 양국 간의 정치, 경제, 사회, 문화적 교류가 급격히 확대되고 있습니다. 또한 국내에서 급격히 증가하고 있는 베트남 결혼 이주자와 이주 노동자, 유학생은, 이제 우리의 일상생활에서 함께 생활하는 이웃이 되었습니다. 이러한 직접적인 이유 외에도, 베트남은 남북한과 동시에 수교를 맺고 있으며 활발한 교류를 하고 있는 나라로 사회주의국가이면서 개방개혁을 통해 안정적인 경제성장을 이루고 있기 때문에 북한에 시사하는 바도 매우 큽니다. 이러한 상황에서 베트남어 교육을 통한 베트남에 대한 올바른 지식과 정보의 습득은 필수적입니다.

　　본 교재는 정부가 시행하고 있는 특수외국어교육진흥사업의 일환으로 출판되었습니다. 초급 단계를 의미하는 A 중에서 '듣기 말하기'를 중심으로 한 A2 회화교재입니다. 초급입문단계의 '듣기 말하기'인 A1 회화교재에 이어 학습하시면 보다 효과적으로 학습하실 수 있습니다. 이 교재를 통해서 베트남과 베트남어에 대해 흥미를 느끼고 나아가 이어지는 중급(B), 고급(C) 단계를 위한 지식을 충분히 쌓을 수 있기를 기대합니다.

저자 일동

머리말 ·· 3

Bài 1 **Vợ anh đã từng là nhân viên ngân hàng nhưng bây giờ ở nhà nội trợ.** ······· 6
문화 1 베트남의 가정
문화 2 베트남의 12지 동물

Bài 2 **Em càng học tiếng Việt càng thấy thú vị.** ····· 18
문화 1 베트남 최초의 대학으로 불리는 국자감(Quốc Tử Giám)
문화 2 베트남의 교육 제도

Bài 3 **Làm ơn cho em gặp cô Hoa.** ····················· 30
문화 1 호찌민(Hồ Chí Minh)시 우체국
문화 2 빠르게 변화하는 베트남 통신 시장

Bài 4 **Anh cho tôi xem nhà được không?** ·············· 42
문화 베트남의 주거 문화 1

Bài 5 **Cái này không những chất lượng cao mà còn rẻ nữa.** ···································· 54
문화 하노이 전통시장

Bài 6 **Nghỉ hè này, chị có đi đâu không?** ············· 66
문화 지역별 특산 음식

Bài 7 **Tôi muốn đến sân bay quốc tế Nội Bài.** ········ 78
문화 베트남에서 택시 타기

Bài 8 **Tôi muốn đặt một phòng đôi vào thứ tư tuần này.** ········ 90
문화 베트남의 여러 호텔

Bài 9 **Em thấy anh ấy là người như thế nào?** ········ 102
문화 베트남의 축구사랑

Bài 10 **Tôi muốn đổi đô la Mĩ sang tiền Việt Nam.** ········ 114
문화 베트남의 은행

Bài 11 **Tôi muốn gửi bưu phẩm này đến Hàn Quốc.** ········ 126
문화 베트남의 우체국

Bài 12 **Anh thấy đỡ đau hơn chưa?** ········ 138
문화 베트남 의료 체계

Bài 13 **Nhà của em cũng mới được xây nên rất thoải mái.** ········ 150
문화 베트남의 주거 문화 2

정답 ········ 162

Bài 1

Vợ anh đã từng là nhân viên ngân hàng nhưng bây giờ ở nhà nội trợ.

아내는 은행 직원이었는데 지금은 살림해.

학습목표

1. 12지를 사용하여 나이를 말할 수 있다.
2. 과거완료 표현을 활용하여 직업을 말할 수 있다.
3. 미래완료 표현을 활용할 수 있다.

Ⓐ **Bố anh tuổi gì?**

형/오빠의 아버지는 무슨 띠이세요?

Ⓑ **Bố anh sinh năm 1948, tuổi chuột. Tuy bố anh già nhưng vẫn còn khoẻ.**

형/오빠의 아버지는 1948년생이시고, 쥐띠이셔. 비록 형/오빠의 아버지가 나이가 드셨지만 아직도 여전히 건강하셔.

단어

sinh 태어나다 | tuy 비록

문법과 표현

○ 'tuổi (con) 12지 동물'은 띠 나이를 의미합니다. 띠 나이를 물을 때는 'tuổi (con) gì' 표현을 사용합니다.

Ⓐ **Chị tuổi gì?**

누나/언니는 무슨 띠예요?

Ⓑ **Chị tuổi lợn.**

누나/언니는 돼지띠야.

○ 'tuy A nhưng B'는 '비록 A하지만 그러나 B하다'라는 의미입니다.

Ⓐ **Xe máy của em tốt chứ?**

너의 오토바이는 좋지?

Ⓑ **Vâng. Tuy cũ nhưng vẫn chạy rất tốt ạ.**

그래요. 비록 낡았지만 여전히 매우 잘 달려요.

문형연습 **1**

🎧 01-02

1

Ⓐ Chị tuổi gì?
누나/언니는 무슨 띠예요?

Ⓑ Chị tuổi Ⓐ lợn.
누나/언니는 돼지띠야.

	Ⓐ
(1)	chuột
(2)	gà
(3)	mèo

2

Tuy Ⓐ xe máy của em cũ nhưng Ⓑ vẫn chạy rất tốt ạ.
비록 저의 오토바이는 낡았지만 여전히 매우 잘 달려요.

	Ⓐ	Ⓑ
(1)	nhà của anh không to	rất đẹp
(2)	trời mưa to	tôi vẫn phải đi làm
(3)	nó không học nhiều	vẫn được 100 điểm

Bài 1 Vợ anh đã từng là nhân viên ngân hàng nhưng bây giờ ở nhà nội trợ.   9

핵심 회화 ②

🎧 01-03

Ⓐ Vợ anh làm nghề gì?

형/오빠의 아내는 직업이 뭐예요?

Ⓑ Vợ anh đã từng là nhân viên ngân hàng nhưng bây giờ ở nhà nội trợ.

형/오빠의 아내는 은행 직원이었는데 지금은 살림해.

단어

từng ~였다 | nội trợ 살림하다

문법과 표현

○ 직업 또는 직장을 묻는 표현으로, 'làm nghề gì? làm công việc gì? làm việc ở đâu?' 등이 있습니다. việc은 단순한 '일'을, công việc은 '(공적인) 업무'를 의미합니다.

Ⓐ Dạo này, em làm công việc gì?

요즘 너는 무슨 일을 하니?

Ⓑ Em đang làm việc ở một công ti nước ngoài.

저는 외국회사에서 일하고 있어요.

○ từng은 '(과거에) ~였다, ~했었다'로 경험을 의미하며, đã와 함께 사용할 수 있습니다.

Ⓐ Anh có biết chị Hoa không?

형은/오빠는 호아 누나/언니를 알아요?

Ⓑ Ừ. Anh đã từng gặp chị Hoa một lần rồi.

그래. 형은/오빠는 호아 누나/언니를 한 번 만난 적이 있어.

 01-04

1

Ⓐ Ⓐ **Dạo này, em làm công việc gì?**
요즘 너는 무슨 일을 하니?

Ⓑ Ⓑ **Em đang làm việc ở một công ti nước ngoài.**
저는 외국회사에서 일하고 있어요.

	Ⓐ	Ⓑ
(1)	Anh làm nghề gì	Anh là giáo viên dạy tiếng Việt
(2)	Chị làm việc ở đâu	Chị làm việc ở ngân hàng
(3)	Dạo này, em làm việc ở công ti nào	Em đang làm việc ở công ti Vina

2

Ⓐ Anh Ⓐ **có biết chị Hoa không?**
형은/오빠는 호아 누나/언니를 알아요?

Ⓑ Ừ. Anh đã từng Ⓑ **gặp chị Hoa một lần rồi.**
그래. 형은/오빠는 호아 누나/언니를 한 번 만난 적이 있어.

	Ⓐ	Ⓑ
(1)	có biết công ti này không	làm việc ở công ti này
(2)	đã đi Busan chưa	sống ở Busan
(3)	có biết Truyện Kiều không	đọc Truyện Kiều

핵심 회화 ③

 01-05

Ⓐ Có phải con gái anh là sinh viên không?

형/오빠의 딸은 대학생이 맞나요?

Ⓑ Không phải. Con gái anh đang là học sinh lớp 12. Nó sắp thi đại học rồi.

아니. 형/오빠의 딸은 고등학교 3학년 학생이야. 그 애는 곧 대학입시를 봐.

단어

nó (3인칭 대명사) 그, 그것 | thi 시험보다

문법과 표현

○ 'Có phải ~ không?'은 의문문 형식 중 하나로 '~가 맞나요?'의 의미입니다.

Ⓐ Có phải đó là khách sạn Vina không?
그것이 비나 호텔이 맞나요?

Ⓑ Không phải. Đó là khách sạn Kove.
아니에요. 그것은 코베 호텔입니다.

○ sắp은 '곧 ~할 것이다'로 근접미래의 의미입니다. sắp이 완료의 의미인 rồi와 결합하여 가까운 미래에 일어날 일을 확신하는 미래완료 'sắp ~ rồi'로 사용될 수 있습니다.

Ⓐ Chị lập gia đình chưa?
누나/언니 결혼했어요?

Ⓑ Chị sắp lập gia đình rồi.
누나/언니 곧 결혼해.

 01–06

1

Ⓐ Có phải Ⓐ đó là khách sạn Vina không?
그것이 비나 호텔이 맞나요?

Ⓑ Không phải. Ⓑ Đó là khách sạn Kove.
아니에요. 그것은 코베 호텔입니다.

	Ⓐ	Ⓑ
(1)	anh là người Việt Nam	Tôi là người Hàn Quốc
(2)	họ đang học tiếng Pháp	Họ đang học tiếng Đức
(3)	chị muốn mua vé đi Nha Trang	Tôi muốn mua vé đi Đà Nẵng

2

Ⓐ Chị Ⓐ lập gia đình chưa?
누나/언니 결혼했어요?

Ⓑ Chị sắp Ⓑ lập gia đình rồi.
누나/언니 곧 결혼해.

	Ⓐ	Ⓑ
(1)	ăn cơm tối	ăn
(2)	làm việc xong	xong
(3)	về nhà	về

🎧 01–07

Trang   Gia đình anh có mấy người?

Min-sang   Có 4 người : bố anh, hai vợ chồng anh và con gái anh.

Trang   Bố anh tuổi gì?

Min-sang   Bố anh sinh năm 1948, tuổi chuột. Tuy bố anh già nhưng vẫn còn khoẻ.

Trang   Vợ anh làm nghề gì?

Min-sang   Vợ anh đã từng là nhân viên ngân hàng nhưng bây giờ ở nhà nội trợ.

Trang   Có phải con gái anh là sinh viên không?

Min-sang   Không phải. Con gái anh đang là học sinh lớp 12. Nó sắp thi đại học rồi.

단어   **vợ** 아내 | **chồng** 남편 | **vợ chồng** 부부

짱   오빠 가족은 몇 명이에요?

민상   아버지, 우리 부부, 딸, 4명이야

짱   오빠의 아버지는 무슨 띠이세요?

민상   오빠의 아버지는 1948년생이시고, 쥐띠이셔. 비록 오빠의 아버지가 나이가 드셨지 만 아직도 여전히 건강하셔.

짱   오빠의 아내는 직업이 뭐예요?

민상   오빠의 아내는 은행 직원이었는데 지금은 살림해.

짱   오빠의 딸은 대학생이 맞나요?

민상   아니. 오빠의 딸은 고등학교 3학년 학생이야. 그 애는 곧 대학입시를 봐.

1 잘 듣고 소리 내어 따라해 보세요.

❶ Ⓐ Bố anh tuổi gì?

　 Ⓑ Bố anh sinh năm 1948, tuổi chuột. Tuy bố anh già nhưng vẫn còn khoẻ.

❷ Ⓐ Vợ anh làm nghề gì?

　 Ⓑ Vợ anh đã từng là nhân viên ngân hàng nhưng bây giờ ở nhà nội trợ.

❸ Ⓐ Có phải con gái anh là sinh viên không?

　 Ⓑ Không phải. Con gái anh đang là học sinh lớp 12. Nó sắp thi đại học rồi.

2 한국어를 베트남어로 바꾸어 대화해 보세요.

Ⓐ Gia đình anh có mấy người?

Ⓑ Có 4 người : bố anh, 우리 부부 và con gái anh.

Ⓐ Bố anh tuổi gì?

Ⓑ Bố anh sinh năm 1948, 쥐띠이셔 . 비록 오빠의 아버지가 나이가 드셨지만 vẫn còn khoẻ.

Ⓐ Vợ anh làm nghề gì?

Ⓑ Vợ anh 은행 직원이었어 nhưng bây giờ ở nhà nội trợ.

Ⓐ Có phải con gái anh là sinh viên không?

Ⓑ Không phải. Con gái anh đang là học sinh lớp 12. Nó 곧 대학입시 봐 .

Bài 1 Vợ anh đã từng là nhân viên ngân hàng nhưng bây giờ ở nhà nội trợ.　15

🎧 01-09

3 다음의 글과 질문을 듣고 각각 맞는 답에 ✔표 하세요.

(1) ① (   )

  ② (   )

(2) ① (   )

  ② (   )

4 다음 질문을 듣고 대답을 해보세요.

(1)

➡ _____.

(2)

➡ _____.

(3)

➡ _____.

베트남 문화 탐방

○ 베트남의 가정

베트남 사람은 가족을 매우 중요시합니다. 가족관계에서 사용하는 할아버지, 할머니, 큰아버지, 큰어머니, 작은아버지, 고모, 형/오빠, 누나/언니, 동생 등의 호칭을 학교나 직장 등 사회생활에서 그대로 사용하면서 가족과 같은 친밀감을 나타내고자 합니다. 사회 전체를 하나의 가정처럼 여긴다고 볼 수 있습니다. 한국의 드라마를 통해 한국경제가 발전하고 동시에 가정을 중심으로 어른을 공경하고 아랫사람을 사랑하는 전통적인 가치가 여전히 존재한다는 것이 알려지면서 한류가 발생했다는 연구 결과가 나올 정도입니다. 실제로

베트남의 아버지들은 오토바이로 자녀를 등교시킨 후에 출근하며 또 일찍 퇴근하여 저녁 식사를 준비하는 경우도 많습니다. 자녀의 학업을 위해 고액과외를 시키고 대학 학비를 위해 땅과 소를 판다는 익숙한 이야기를 베트남에서도 쉽게 들을 수 있습니다. 그리고 자녀는 국가에 충성하고 부모님께 효도하는 충(trung), 효(hiếu)의 개념이 보편화되어, 한국에 시집오는 베트남 여성이 시부모님을 모시고 사는 것을 어렵지 않게 볼 수 있습니다.

○ 베트남의 12지 동물

베트남에서도 12지의 띠를 이용해 나이를 말할 수 있어요. "Em tuổi gì?"(너는 무슨 띠니?)라고 묻고, "Em tuổi gà."(저는 닭띠예요.)와 같이 답할 수 있지요. 그런데 베트남은 12지 중 '소' 대신에 '물소'띠, '토끼' 대신에 '고양이'띠, '양' 대신에 '염소'띠라고 하는 차이가 있답니다.

Bài 2

Em càng học tiếng Việt càng thấy thú vị.

저는 베트남어를 공부할수록 재미있어요.

학습목표

1. 목적을 나타내는 표현을 말할 수 있다.

2. bao lâu를 활용하여 말할 수 있다.

3. 상관어구 càng A càng B를 활용할 수 있다.

 02-01

Ⓐ Chào em.

안녕.

Ⓑ Chào cô ạ. Em đến đây để xin học ạ.

안녕하세요 선생님. 저는 수강 신청을 하러 왔어요.

단어

để ~하기 위하여, 놓다, 두다 | xin 신청하다, 청하다

문법과 표현

○ 'để + 동사'는 목적을 나타내는 표현으로, '~하기 위해서'의 의미로 쓰입니다.

Ⓐ Chị sang Việt Nam để làm gì?

누나/언니는 무엇을 하려고 베트남에 왔어요?

Ⓑ Tôi sang Việt Nam để tìm hiểu về văn hoá Việt Nam.

나는 베트남 문화를 알아보기 위해서 베트남에 왔어요.

○ để가 동사로 쓰일 때는 '놓다', '두다' 등의 의미입니다.

Ⓐ Em đã để tờ báo hôm nay ở đâu?

너는 오늘 신문을 어디에 뒀어?

Ⓑ Em đã để nó ở trên bàn học của em ạ.

저는 그것을 제 책상 위에 뒀어요.

 02-02

1

ⓐ ⒜ Chị sang Việt Nam để làm gì?
누나/언니는 무엇을 하려고 베트남에 왔어요?

ⓑ ⒜ Tôi sang Việt Nam để ⒝ tìm hiểu về văn hoá Việt Nam.
나는 베트남 문화를 알아보기 위해서 베트남에 왔어요.

	⒜	⒝
(1)	Thầy Minh đi Mĩ	dạy tiếng Việt
(2)	Em đến thư viện	mượn sách
(3)	Anh đến Thành phố Hồ Chí Minh	tìm việc làm

2

ⓐ Em đã để ⒜ tờ báo hôm nay ở đâu?
너는 오늘 신문을 어디에 뒀어?

ⓑ Em đã để nó ở ⒝ trên bàn học của em ạ.
저는 그것을 제 책상 위에 뒀어요.

	⒜	⒝
(1)	áo dài	trong tủ quần áo
(2)	túi xách	cạnh cây quạt
(3)	quả bóng mới	dưới ghế

★ 알아두면 유용해요!!

▼ 위치를 나타내는 말
trên(위) dưới(아래) trước(앞) sau(뒤)
phải(우) trái(좌) trong(안) ngoài(밖)
cạnh(옆) đối diện(맞은편)

▼ 방향을 나타내는 말
Đông(동) Tây(서) Nam(남) Bắc(북)

 02-03

Ⓐ **Em học tiếng Việt bao lâu rồi?**

너는 베트남어를 공부한 지 얼마나 됐니?

Ⓑ **Em đã học tiếng Việt được một năm rồi ạ.**

저는 베트남어를 공부한 지 1년 되었어요.

단어

bao lâu 얼마나 오래 | **được** ~되다

문법과 표현

○ bao lâu는 의문사로 '얼마나 오래, 얼마 동안'이라는 뜻입니다. 시제 표현과 함께 써서 과거나 미래의 기간을 나타낼 수 있습니다. '~ (đã) ~ bao lâu rồi'는 '~한 지 얼마나 됐어요?'의 뜻이 됩니다. (참고) '~ (sẽ) ~ bao lâu nữa'는 '얼마나 더 ~할 거예요?')

Ⓐ **Anh học tiếng Việt bao lâu rồi?**

형은/오빠는 베트남어 공부한 지 얼마나 됐어요?

Ⓑ **Khoảng 5 năm rồi.**

5년 정도 됐어.

○ '(đã) + 동사 + được + 기간 + rồi'는 기간의 경과를 나타내는 표현으로, '~한 지 ~ 되었다'의 의미입니다.

Ⓐ **Bạn đã ở Hà Nội bao lâu rồi?**

너는 하노이에 산 지 얼마나 됐어?

Ⓑ **Mình (đã) ở Hà Nội được 3 năm rồi.**

나는 하노이에 산 지 3년이 됐어.

⭐ 알아두면 유용해요!!

đã가 được 앞에 위치할 수도 있습니다. 이 경우 기간을 강조하는 효과가 있습니다.

예 Mình ở Hà Nội đã được 3 năm rồi.

문형연습 2

🎧 02-04

1

Ⓐ Anh Ⓐ 학 <u>học tiếng Việt</u> bao lâu rồi?
형은/오빠는 베트남어를 공부한 지 얼마나 됐어요?

Ⓑ Khoảng Ⓑ <u>5 năm</u> rồi.
5년 정도 됐어.

	Ⓐ	Ⓑ
(1)	dạy tiếng Việt	4 năm
(2)	sang Việt Nam	6 tháng
(3)	làm việc ở công ti này	10 năm

2

Ⓐ Bạn đã Ⓐ <u>ở Hà Nội</u> bao lâu rồi?
너는 하노이에 산 지 얼마나 됐어?

Ⓑ Mình (đã) Ⓐ <u>ở Hà Nội</u> được Ⓑ <u>3 năm</u> rồi.
나는 하노이에 산 지 3년이 됐어.

	Ⓐ	Ⓑ
(1)	lái xe máy	4 năm
(2)	thuê nhà này	3 tháng
(3)	học tiếng Việt	15 năm

핵심 회화 ③

 02-05

Ⓐ Em nói tiếng Việt khá tốt.

너는 베트남어를 꽤 잘하는구나.

Ⓑ Cảm ơn cô. Em càng học tiếng Việt càng thấy thú vị ạ.

감사합니다. 저는 베트남어를 공부할수록 재미있어요.

단어

thấy 느끼다, 생각하다, 보다 | càng 더욱더 | thú vị 재미있다

문법과 표현

○ 'càng A càng B'는 상관어구 중의 하나로서 'A할수록 B하다'라는 의미를 전달하는 표현입니다. 비슷한 표현으로 'càng ngày càng B', 'ngày càng B'이 있는데, '(날이) 갈수록 B하다'의 뜻으로 사용합니다.

- Bố tôi càng già càng yếu.
  나의 아버지는 나이 드실수록 (몸이) 약해지세요.

- Bố tôi càng ngày càng béo.
  나의 아버지는 갈수록 뚱뚱해지세요.

- Mẹ tôi ngày càng gầy.
  나의 어머니는 갈수록 마르세요.

> **⭐ 알아두면 유용해요!!**
>
> càng은 단독으로 쓰이면 '더욱더'의 뜻으로, 'càng A'는 '더욱더 A하다'가 됩니다.
> 예 Có gió lửa càng to. 바람이 부니 불길이 더욱더 커진다.
> càng ngày càng을 활용한 표현이 ngày càng보다 강한 어감을 전달한답니다.

24

 02-06

1

Ⓐ Em nói tiếng Việt Ⓐ <u>khá tốt</u>.
너는 베트남어를 꽤 잘하는구나.

Ⓑ Em Ⓑ <u>càng học tiếng Việt càng thấy thú vị</u> ạ.
저는 베트남어를 공부할수록 재미있어요.

	Ⓐ	Ⓑ
(1)	hơi kém	càng nghỉ học càng nói tiếng Việt kém
(2)	giỏi quá	càng nghe nhiều tiếng Việt càng nói giỏi hơn
(3)	rất tự nhiên	càng ở Việt Nam lâu càng nói giống người Việt Nam

2

So-mi ở Việt Nam lâu. So-mi nói tiếng Việt giỏi.
소미는 베트남에 오래 살았다. 소미는 베트남어를 잘한다.

→ So-mi **càng** ở Việt Nam lâu **càng** nói tiếng Việt giỏi.
소미는 베트남에 오래 살수록 베트남어를 잘하게 되었다.

(1) Tuấn nghỉ học nhiều. Tuấn học kém.

Tuấn _____.

(2) Trời mưa nhiều. Đường bẩn hơn.

Trời _____ đường _____.

(3) Tôi sống xa gia đình lâu. Tôi nhớ bố mẹ.

Tôi _____.

🎧 02-07

Cô giáo	Chào em.
So-mi	Chào cô ạ. Em tên là So-mi. Em là người Hàn Quốc.
	Em đến đây để xin học ạ.
Cô giáo	Em học tiếng Việt bao lâu rồi?
So-mi	Em đã học tiếng Việt được một năm rồi ạ.
Cô giáo	Em nói tiếng Việt khá tốt.
So-mi	Cảm ơn cô. Em càng học tiếng Việt càng thấy thú vị ạ.
	Em đến Hà Nội để học thêm tiếng Việt ạ.
Cô giáo	Tốt quá. Em sẽ vào lớp của sinh viên năm thứ hai nhé.

단어 thêm 더하다, 추가하다 | vào 들어가(오)다

(여) 선생님	안녕.
소미	안녕하세요, 선생님. 저는 이름이 소미입니다. 저는 한국 사람입니다.
	저는 수강 신청을 하러 여기에 왔어요.
(여) 선생님	너는 베트남어를 공부한 지 얼마나 됐니?
소미	저는 베트남어를 공부한 지 1년 되었어요.
(여) 선생님	너는 베트남어를 꽤 잘하는구나.
소미	감사합니다. 저는 베트남어를 공부할수록 재미있어요.
	저는 베트남어를 더 공부하기 위해서 하노이에 왔어요.
(여) 선생님	너무 잘됐네. 너는 (대학교) 2학년 수업으로 들어갈 거야(배정될 거야).

1 잘 듣고 소리 내어 따라해 보세요.

> **①** Ⓐ Chào em.
>
> Ⓑ Chào cô ạ. Em đến đây để xin học ạ.
>
> **②** Ⓐ Em học tiếng Việt bao lâu rồi?
>
> Ⓑ Em đã học tiếng Việt được một năm rồi ạ.
>
> **③** Ⓐ Em nói tiếng Việt khá tốt.
>
> Ⓑ Cảm ơn cô. Em càng học tiếng Việt càng thấy thú vị ạ.

2 한국어를 베트남어로 바꾸어 대화해 보세요.

> Ⓐ Chào em.
>
> Ⓑ Chào cô ạ. Em tên là So-mi. Em là người Hàn Quốc.
>
> Em 수강 신청을 하러 여기에 왔어요 .
>
> Ⓐ Em 베트남어를 공부한 지 얼마나 됐니 ?
>
> Ⓑ Em đã học tiếng Việt 1년이 되었어요 .
>
> Ⓐ Em nói tiếng Việt 꽤 잘하는구나 .
>
> Ⓑ Cảm ơn cô. Em càng học tiếng Việt càng thấy thú vị ạ.
>
> Em đến Hà Nội để học thêm tiếng Việt ạ.
>
> Ⓐ Tốt quá. Em sẽ vào 2학년 수업으로 nhé.

🎧 02-09

3 다음의 글과 질문을 듣고 각각 맞는 답에 ✔표 하세요.

(1) ① (   )

   ② (   )

(2) ① (   )

   ② (   )

4 다음 질문을 듣고 대답을 해보세요.

(1)

➡ _____ .

(2)

➡ _____ .

(3)

➡ _____ .

○ 베트남 최초의 대학으로 불리는 국자감(Quốc Tử Giám)

하노이의 관광명소 중 하나로 손꼽히는 문묘-국자감(Văn Miếu-Quốc Tử Giám)은 원래 공자의 위패를 모시기 위해 1070년에 세워진 곳입니다. 1076년에는 이곳에 유학자를 양성하기 위한 국자감이 증축되었습니다. 국자감은 베트남 최초의 대학으로 불리는 곳으로, 경내 좌우에는 거북 머리 대좌를 한 82개의 진사제명비가 있습니다. 여기에 1442~1787년간 과거에 합격한 사람의 명단이 새겨져 있습니다. 해마다 수험생들이 시험 전에 문묘-국자감을 방문하여 합격을 기원한답니다.

○ 베트남의 교육 제도

베트남의 유아원 및 유치원 교육은 의무교육은 아니지만 정규교육과정으로 분류됩니다. 베트남은 여성의 사회진출이 보편화되어 교육 제도가 다른 나라에 비해 잘 발달된 편입니다. 초등학교는 5년, 중학교는 4년, 고등학교는 3년제입니다. 초, 중학교 9년이 의무교육으로 정부가 무상으로 제공합니다. 중학교를 졸업 후에는 고등학교로 진학하거나 직업학교나 기술학교로 진로 선택을 하는 경우도 많답니다.

Bài 3

Làm ơn cho em gặp cô Hoa.

호아 선생님을 좀 바꿔주세요.

학습목표

1. làm ơn을 사용하여 정중하게 부탁하는 표현을 말할 수 있다.

2. 추측의 표현을 말할 수 있다.

3. 전화 통화 관련 다양한 표현을 활용할 수 있다.

 03-01

Ⓐ Alô. Khoa Tiếng Việt xin nghe.
여보세요. 베트남어과입니다.

Ⓑ Alô. Làm ơn cho em gặp cô Hoa ạ.
여보세요. 호아 선생님을 좀 바꿔 주세요.

단어

alô 여보세요 | khoa 과 | làm ơn ~해 주세요

★ 알아두면 유용해요!!

▼ 전화상 'A를 좀 바꿔 주세요.'
Cho tôi gặp A. 혹은
Cho tôi nói chuyện với A.

문법과 표현

○ 전화를 받을 때 'A(받는 기관(장소)) xin nghe'라고 하면 'A가 받았습니다' 즉, 'A입니다'라는 표현이 됩니다.

Ⓐ Alô. 여보세요.

Ⓑ Alô. Nhà hàng Ngon xin nghe. 여보세요, 응온 식당입니다.

○ làm ơn은 정중하게 상대에게 요청이나 부탁을 할 때 사용하는 말로, '~해 주세요'의 의미입니다. 그리고 làm ơn 앞에 2인칭 호칭어를 붙이면 보다 공손한 표현이 됩니다.

Ⓐ Làm ơn cho tôi hỏi đường đến Nhà hát Lớn Hà Nội.
하노이 대극장으로 가는 길을 좀 물어보게 해 주세요(=알려주세요).

Ⓑ Chị cứ đi thẳng đường này là đến.
누나/언니는 이 길로 곧장 가시면 도착할 거예요.

Ⓐ Cô làm ơn cho em mượn cái bút ạ. 선생님 펜을 좀 빌려 주세요.

Ⓑ Ừ. 그래.

문형연습 ①

1

Ⓐ Alô.
여보세요.

Ⓑ Alô. Ⓐ <u>Nhà hàng Ngon</u> xin nghe.
여보세요. 응온 식당입니다.

Ⓐ

(1)   <u>Đại học Quốc gia Hà Nội</u>

(2)   <u>Bệnh viện Bạch Mai</u>

(3)   <u>Trung tâm Ngoại ngữ Đà Nẵng</u>

2

Ⓐ Làm ơn Ⓐ <u>cho tôi hỏi đường đến Nhà hát Lớn Hà Nội</u>.
하노이 대극장으로 가는 길을 좀 알려주세요.

Ⓑ Chị Ⓑ <u>cứ đi thẳng đường này là đến</u>.
누나/언니는 이 길로 곧장 가시면 도착할 거예요.

	Ⓐ	Ⓑ
(1)	<u>cho tôi gặp chị Nga</u>	<u>chờ một chút</u>
(2)	<u>cho tôi biết đường đến ga Hà Nội</u>	<u>đi khoảng 200 mét thì sẽ thấy</u>
(3)	<u>cho tôi mượn quyển từ điển Tiếng Việt</u>	<u>dùng quyển từ điển này nhé</u>

 03-03

Ⓐ Cô Hoa không có ở đây. Hình như cô ấy vừa đi ra ngoài.
Ai gọi đấy?

호아 선생님은 여기에 안 계셔. 그 (여)선생님은 방금 밖에 나가신 것 같구나. 누구니?

Ⓑ Em là So-mi, học sinh lớp cô Hoa ạ.

저는 소미라고, 호아 선생님 수업(을 듣는) 학생이에요.

단어

hình như ~인 것 같다 | vừa 방금, 막 | ra (안에서 밖으로) 나가다 | gọi 전화하다, 부르다

문법과 표현

○ hình như는 추측을 나타내는 말로 '~인 것 같다'의 의미로 쓸 수 있습니다.

Ⓐ Cô Lê ở đâu ạ?
레 선생님은 어디에 계세요?

Ⓑ Hình như cô ấy đi về nhà rồi.
그 (여)선생님은 집에 가신 것 같아.

○ 전화 통화 시, 전화 받는 사람(장소) 뒤에 đây나 nghe đây를 붙여서 '(이쪽은) ~입니다'라는 뜻
으로 사용합니다. 상대방에게 '(그쪽은) ~입니까?'라고 물어볼 때는 '상대방 đấy à?'라고 합니
다. 예를 들면, Ai gọi đấy?는 '(거기) 누구세요?'라는 표현이 됩니다.

Ⓐ Alô. So-mi đấy à?
여보세요. 거기 소미니?

Ⓑ Vâng. So-mi nghe đây. Ai gọi đấy ạ?
네. 소미입니다. 누구신가요?

🎧 03-04

1

Ⓐ Cô Lê ở đâu ạ?
레 선생님은 어디에 계세요?

Ⓑ Hình như cô ấy Ⓐ <u>đi về nhà</u> rồi.
그 (여)선생님은 집에 가신 것 같아.

Ⓐ

(1)   <u>lên lớp</u>

(2)   <u>đi ra ngoài</u>

(3)   <u>đi khám bệnh</u>

2

Ⓐ Alô. Ⓐ <u>So-mi</u> đấy à?
여보세요. 거기 소미니?

Ⓑ Vâng. Ⓐ <u>So-mi</u> nghe đây. Ai gọi đấy ạ?
네. 소미입니다. 누구신가요?

Ⓐ

(1)   <u>Em Tuấn</u>

(2)   <u>Phòng kế toán</u>

(3)   <u>Khoa Tiếng Việt</u>

 03-05

Ⓐ **Khoảng 1 tiếng nữa, cô Hoa sẽ quay lại. Em có nhắn gì không?**
1시간 정도 더 있으면 호아 선생님이 돌아오실 거야. 너는 무슨 전할 말이 있니?

Ⓑ **Dạ, không ạ. Em cảm ơn thầy. Em sẽ gọi lại sau ạ.**
아니에요. 감사합니다. 제가 나중에 다시 전화할게요.

단어

khoảng 대략, 약 | nữa 더 | quay (뒤로) 돌다 | lại 다시 | nhắn 말을 전하다

문법과 표현

○ 전화 통화 시 사용할 수 있는 다음과 같은 다양한 표현이 있습니다.

A를 좀 바꿔주십시오.	Làm ơn cho tôi nói chuyện với A. Xin cho tôi gặp A.
잘못 거셨습니다.	Gọi nhầm rồi.
틀린 번호입니다.	Sai số rồi.
통화 중입니다.	Máy đang bận
끊지 말고 잠시만 기다리세요.	Giữ máy đợi một chút nhé.
전할 말이 있습니까?	Có nhắn gì không?
A는 지금 다른 전화를 받고 있습니다.	A đang bận nghe điện thoại khác.
A는 전화를 받지 않습니다.	A không nghe máy.
A는 외출 중입니다.	A đi ra ngoài rồi.

○ lại는 '다시'라는 의미로, 동사 뒤에 와서 행위가 반복됨을 나타냅니다.

Ⓐ **Em đã hiểu chưa?** 너는 이해했니?

Ⓑ **Em chưa hiểu rõ ạ. Xin cô nhắc lại một lần nữa.**
저 아직 정확하게 이해하지 못했어요. 선생님 한 번 더 다시 반복해 주세요.

문형연습 3

 03-06

1

Ⓐ **Làm ơn cho tôi nói chuyện với anh Minh.**
민씨를 좀 바꿔 주세요.

Ⓑ Ⓐ <u>Chị gọi nhầm rồi.</u>
전화 잘못 거셨습니다.

Ⓐ

(1) <u>Chị gọi sai số rồi</u>

(2) <u>Chị giữ máy đợi một chút</u>

(3) <u>Anh Minh đang bận nghe điện thoại khác</u>

2

Em sẽ gọi cho cô ấy một lần nữa.
제가 그 (여)선생님께 한 번 더 전화할게요.

→ **Em sẽ gọi lại cho cô ấy.**
제가 그 (여)선생님께 다시 전화할게요.

(1) Anh làm ơn đọc số điện thoại của Se-ho một lần nữa.

Anh _____.

(2) Tôi sẽ nói chuyện với So-mi một lần nữa.

Tôi _____.

(3) Năm phút sau, tôi sẽ gọi một lần nữa.

Năm phút sau, tôi _____.

🎧 03-07

| Nhân viên văn phòng | Alô. Khoa Tiếng Việt xin nghe. |
| So-mi | Alô. Làm ơn cho em gặp cô Hoa ạ. |

Nhân viên văn phòng	Cô ấy không có ở đây. Hình như cô ấy vừa đi ra ngoài. Ai gọi đấy?
So-mi	Em là So-mi, học sinh lớp cô Hoa ạ.
Nhân viên văn phòng	Em đã gọi vào di động của cô ấy chưa?
So-mi	Em gọi mấy lần rồi nhưng cô ấy không nghe máy ạ.
Nhân viên văn phòng	Thế à? Khoảng 1 tiếng nữa, cô Hoa sẽ quay lại. Em có nhắn gì không?
So-mi	Dạ, không ạ. Em cảm ơn thầy. Em sẽ gọi lại sau ạ.

단어 (máy) di động 휴대전화 | mấy lần 몇 번, 몇 차례 | máy 기계(전화)

사무실 직원	여보세요. 베트남어과입니다.
소미	여보세요. 호아 선생님을 좀 바꿔 주세요.
사무실 직원	그 선생님은 여기에 안 계셔. 방금 밖에 나가신 것 같구나. 누구니?
소미	저는 소미라고, 호아 선생님 수업(을 듣는) 학생이에요.
사무실 직원	너는 그 선생님의 휴대전화로 걸어 봤니?
소미	제가 몇 번이나 걸었는데 전화를 받지 않으세요.
사무실 직원	그래? 1시간 정도 더 있으면 호아 선생님이 돌아오실 거야. 너는 무슨 전할 말이 있니?
소미	아니에요. 감사합니다. 제가 나중에 다시 전화할게요.

1 잘 듣고 소리 내어 따라해 보세요.

> **①** Ⓐ Alô. Khoa Tiếng Việt xin nghe.
>
> Ⓑ Alô. Làm ơn cho em gặp cô Hoa ạ.
>
> **②** Ⓐ Cô Hoa không có ở đây. Hình như cô ấy vừa đi ra ngoài. Ai gọi đấy?
>
> Ⓑ Em là So-mi, học sinh lớp cô Hoa ạ.
>
> **③** Ⓐ Khoảng 1 tiếng nữa, cô Hoa sẽ quay lại. Em có nhắn gì không?
>
> Ⓑ Dạ, không ạ. Em cảm ơn thầy. Em sẽ gọi lại sau ạ.

2 한국어를 베트남어로 바꾸어 대화해 보세요.

Nhân viên văn phòng	Alô. 베트남어과입니다 .
So-mi	Alô. 호아 선생님 좀 바꿔 주세요 .
Nhân viên văn phòng	Cô ấy không có ở đây.
	Hình như cô ấy vừa mới đi ra ngoài. 누구니 ?
So-mi	Em là So-mi, học sinh lớp cô Hoa ạ.
Nhân viên văn phòng	Em đã gọi vào di động của cô ấy chưa?
So-mi	Em gọi mấy lần rồi nhưng cô ấy không nghe máy ạ.
Nhân viên văn phòng	Thế à? Khoảng 1 tiếng nữa, cô Hoa sẽ quay lại.
	뭐 전할 말이 있니 ?
So-mi	Dạ, không ạ. Em cảm ơn thầy. 제가 나중에 다시 전화할게요 .

🎧 03-09

3 다음의 글과 질문을 듣고 각각 맞는 답에 ✔표 하세요.

(1) ① (　　　　)

　　② (　　　　)

(2) ① (　　　　)

　　② (　　　　)

4 다음 질문을 듣고 대답을 해보세요.

(1)

➡ _____ .

(2)

➡ Làm ơn _____ .

(3)

➡ _____ .

○ 호찌민(Hồ Chí Minh)시 우체국

베트남에서는 예전에 우체국에서 전화를
했었다는 사실을 아세요? 호찌민시의 대표
적인 건축물 중의 하나인 호찌민시 우체국은
사이공(Sài Gòn) 중앙 우체국으로도 불립니
다. 19세기 말에 유럽 양식으로 지어진 아름
다운 건축물 중의 하나인 이곳에는 아직도
국제전화용 부스가 그대로 있답니다. 현재는
우체국 본연의 역할 외에 주요 건축 문화재로 보호
받고 있기도 해요. 많은 관광객들이 이곳에 들러 특
유의 정취를 느끼면서 엽서를 써서 부치기도 해요.

○ 빠르게 변화하는 베트남 통신 시장

베트남에서는 1990년대부터 전화가 대
중적으로 보편화되었고, 휴대전화는 그 후
에서야 사용되었습니다. 베트남의 통신 시
장은 매우 빠른 속도로 변화하고 있으며,
다양한 통신 회사가 서로 경쟁하며 베트남
사람들의 생활 속에 파급력을 미치고 있습
니다. 최근 휴대전화 번호가 10자리로 통
일되었으며, 하노이(Hà Nội)와 호찌민시 지
역번호도 024, 028로 바뀌었답니다.

Bài 4

Anh cho tôi xem nhà được không?

집을 보여주실 수 있나요?

학습목표

1. nghe nói를 활용하여 말할 수 있다.
2. mỗi, mọi의 쓰임을 구분하여 표현할 수 있다.
3. 임대차 관련 표현을 알고 활용할 수 있다.

 04-01

Ⓐ Chào anh. Tôi nghe nói anh có nhà cho thuê đúng không ạ?

안녕하세요. 집을 임대하신다고 들었는데 맞나요?

Ⓑ Đúng rồi. Anh muốn thuê nhà à?

맞습니다. 집을 빌리려고요?

단어

thuê 빌리다, 임차하다

문법과 표현

○ nghe nói는 nghe(듣다), nói(말하다) 두 낱말이 결합된 형태로, '듣기로는 / 들리기에'와 같은 의미로 쓸 수 있습니다.

Ⓐ Nghe nói, em trai của cậu rất thông minh.

들리기에 네 남동생이 매우 똑똑하다던데.

Ⓑ Ừ, đúng rồi. Nó vừa thông minh vừa vui tính.

응, 맞아. 걔는 똑똑하면서 성격이 유쾌하기도 해.

○ à는 상대방에게 뭔가를 확인 차 물어볼 때 문장의 끝에 붙여서 친밀감을 전달할 수 있는 말입니다.

Ⓐ Hôm qua, chị không đến cơ quan à?

어제 누나/언니 출근을 안 했어요?

Ⓑ Ừ, hôm qua chị ốm lắm.

응, 어제 누나/언니가 많이 아팠어.

🎧 04-02

1

Ⓐ Nghe nói, Ⓐ em trai của cậu rất thông minh.
들리기에 네 남동생이 매우 똑똑하다던데.

Ⓑ Ừ, đúng rồi.
응, 맞아.

Ⓐ

(1)   sắp đến sinh nhật của Mi-na

(2)   ở đây bán các loại cà phê Việt Nam

(3)   sinh viên năm thứ nhất được giảm giá hôm nay

2

Ⓐ Ⓐ Hôm qua, chị không đến cơ quan à?
어제 누나/언니 출근을 안 했어요?

Ⓑ Ừ, đúng rồi.
응, 맞아.

Ⓐ

(1)   Nhà hàng này nổi tiếng

(2)   Lãnh thổ Việt Nam dài và hẹp

(3)   Theo dự báo thời tiết, ngày mai có mưa

⭐ **알아두면 유용해요!!**

Theo는 동사로 '따르다'라는 의미인데, 문두에 위치할 경우 '~에 따르면/~에 의하면'의 뜻으로 쓸 수 있습니다.

예 Theo giám đốc, đợt này công ti chúng tôi đã có được những kết quả tốt. (사장님(말씀)에 의하면, 이번 시기에 우리 회사는 좋은 결과를 갖게 되었다.)

 04-03

Ⓐ Anh cho tôi xem nhà được không ạ?

집을 보여주실 수 있으세요?

Ⓑ Được. Mời anh vào.... Nhà có 3 tầng.

네. 들어오세요... 집은 3층입니다.

Mỗi tầng đều có 2 phòng ngủ, 1 phòng vệ sinh và 1 ban công.

각 층마다 침실 2개, 화장실 1개 그리고 발코니 1개가 있어요.

단어

tầng 층 | mỗi 각각, 매 | đều 모두, 전부 | phòng ngủ 침실 | phòng vệ sinh 화장실 | ban công 발코니

문법과 표현

○ mỗi는 명사 앞에 위치하여 '매 / 각각의 명사'의 의미로 사용할 수 있습니다. 'mỗi A + một, hai, ba... B'와 같이 다양한 수사를 상응시켜 '매 A마다 한, 두, 세... B'를 나타냅니다.

Ⓐ Một ngày anh thường làm việc mấy tiếng?

하루에 형은/오빠는 몇 시간 일을 해요?

Ⓑ Mỗi ngày tôi làm việc 8 tiếng.

매일 나는 8시간씩 일을 해요.

★ 알아두면 유용해요!!

• Mỗi người một hoàn cảnh.

사람마다 처한 환경이 다르다.

• Mỗi người một ý.

사람마다 생각이 다르다.

○ mọi는 명사 앞에 위치하여 '모든 명사'의 의미로 사용하는 말입니다.

Ⓐ Vào dịp Tết, người Việt Nam thường làm gì?

뗏(설) 기간에 베트남 사람들은 보통 무얼 하나요?

Ⓑ Mọi người đi thăm hỏi và chúc Tết nhau.

모든 사람이 서로 방문해 안부를 묻고 뗏(설)을 축하해요.

 04–04

1

Ⓐ Một ngày anh thường Ⓐ <u>làm việc</u> mấy tiếng?
하루에 형은/오빠는 몇 시간 일을 해요?

Ⓑ Mỗi ngày tôi Ⓐ <u>làm việc</u> Ⓑ <u>8 tiếng</u>.
매일 나는 8시간씩 일을 해요.

	Ⓐ	Ⓑ
(1)	tập thể dục	1 tiếng
(2)	học tiếng Việt	3 tiếng
(3)	xem ti vi	30 phút

2 주어진 문장의 빈칸에 mỗi 혹은 mọi 중 적합한 것을 넣어 보세요.

(1) Hôm qua, chúng tôi đến hồ Hoàn Kiếm. _____ người đều rất vui.

(2) Nhà tôi có 4 tầng, _____ tầng có 3 phòng.

(3) Nếu _____ người đều đồng ý thì chúng ta nghỉ.

(4) _____ người ăn 2 bát phở, tất cả là 10 bát.

 04-05

Ⓐ **Thuê 1 tầng thì bao nhiêu tiền một tháng ạ?**
한 층을 빌리면 한 달에 얼마입니까?

Ⓑ **9 triệu đồng, không kể tiền điện và tiền nước.**
전기요금과 수도요금은 불포함이고, 9백만 동입니다.

> ⭐ **알아두면 유용해요!!**
> 베트남어로 개인 주택은 nhà riêng, 공동 주택(아파트 등)은 chung cư라고 해요. 예전에는 공동 주택을 nhà tập thể라고 했어요. 아파트의 한 가구는 căn hộ라고 합니다.

단어

kể 세다, 이야기해주다 | **tiền điện** 전기요금 | **tiền nước** 수도요금

문법과 표현

○ kể는 '이야기해주다', '세다' 등의 뜻으로 쓰이는 동사입니다. không kể는 사전적 의미로 '~을 세지 않고'이므로, '~을 포함하지 않고'라는 의미를 전달합니다. 참고로, kể cả는 '~을 포함하다'라는 뜻입니다. 임대료 관련 상황에서 자주 쓰는 표현이랍니다.

Ⓐ **Nhà đó, giá thuê là bao nhiêu tiền một tháng?**
그 집은 한 달 임차료가 얼마인가요?

Ⓑ **8 triệu đồng một tháng, không kể tiền điện và tiền nước.**
전기요금과 수도요금은 불포함이고, 한 달에 8백만 동입니다.

○ 주택이나 숙소 임차 관련 다음과 같은 표현도 있습니다.

Ⓐ **Anh muốn thuê phòng loại nào?** 형은/오빠는 어떤 종류의 방을 빌리고 싶어요?

Ⓑ **Tôi muốn thuê một phòng đơn/phòng đôi.** 나는 1인실/2인실을 하나 빌리고 싶어요.

• **Tiền thuê nhà là 6 triệu đồng một tháng, kể cả tiền điện, tiền nước.**
주택 임차료는 전기요금, 수도요금을 포함해서 한 달에 6백만 동입니다.

48

 04–06

1

Ⓐ Nhà đó, giá thuê là Ⓐ bao nhiêu tiền một tháng?
그 집은 한 달 임차료가 얼마인가요?

Ⓑ 8 triệu đồng một tháng, Ⓑ không kể tiền điện và tiền nước.
전기요금과 수도요금은 불포함이고, 8백만 동입니다.

	Ⓐ	Ⓑ
(1)	bao nhiêu	kể cả tiền nước
(2)	thế nào	kể cả tiền điện và tiền Internet
(3)	bao nhiêu tiền	không kể tiền điện và tiền Internet

2

Ⓐ Tôi muốn thuê Ⓐ phòng đơn. Ⓐ Phòng đơn thì giá bao nhiêu?
나는 1인실을 빌리고 싶어요. 1인실은 얼마입니까?

Ⓑ Ⓑ 1 triệu đồng một đêm ạ.
일박에 백만 동입니다.

	Ⓐ	Ⓑ
(1)	một tầng	5 triệu đồng một tháng
(2)	phòng đôi	3 triệu đồng một đêm
(3)	cả nhà	20 triệu đồng một tháng

회화문

 04-07

Se-ho   Chào anh. Tôi nghe nói anh có nhà cho thuê đúng không ạ?

Chủ nhà   Đúng rồi. Anh muốn thuê nhà à?

Se-ho   Vâng. Anh cho tôi xem nhà được không ạ?

Chủ nhà   Được. Mời anh vào.... Nhà có 3 tầng. Mỗi tầng đều có

2 phòng ngủ, 1 phòng vệ sinh và 1 ban công.

Se-ho   Thuê một tầng thì bao nhiêu tiền một tháng ạ?

Chủ nhà   9 triệu đồng, không kể tiền điện và tiền nước.

Se-ho   Vậy không đắt cũng không rẻ! Bao giờ tôi có thể ở được ạ?

Chủ nhà   Từ tuần sau, anh đến ở được.

단어   bao giờ 언제 | ở 살다, 기거하다 | không A cũng không B A하지도 B하지도 않다

세호   안녕하세요. 집을 임대하신다고 들었는데 맞나요?

집주인   맞습니다. 집을 빌리려고요?

세호   네. 집을 보여주실 수 있으세요?

집주인   네. 들어오세요... 집은 3층입니다.

각 층마다 침실 2개, 화장실 1개 그리고 발코니 1개가 있어요.

세호   한 층을 빌리면 한 달에 얼마입니까?

집주인   전기요금과 수도요금은 불포함이고, 9백만 동입니다.

세호   그럼 비싸지도 싸지도 않군요! 언제 기거할 수 있어요?

집주인   다음 주부터 와서 살 수 있습니다.

1 잘 듣고 소리 내어 따라해 보세요.

> **❶** Ⓐ Chào anh. Tôi nghe nói anh có nhà cho thuê đúng không ạ?
>
> Ⓑ Đúng rồi. Anh muốn thuê nhà à?
>
> **❷** Ⓐ Anh cho tôi xem nhà được không ạ?
>
> Ⓑ Được. Mời anh vào.... Nhà có 3 tầng. Mỗi tầng đều có 2 phòng ngủ, 1 phòng vệ sinh và 1 ban công.
>
> **❸** Ⓐ Thuê một tầng thì bao nhiêu tiền một tháng ạ?
>
> Ⓑ 9 triệu đồng, không kể tiền điện và tiền nước.

2 한국어를 베트남어로 바꾸어 대화해 보세요.

> Ⓐ Chào anh. Tôi 집을 임대하신다고 들었는데 đúng không ạ?
>
> Ⓑ Đúng rồi. Anh muốn thuê nhà à?
>
> Ⓐ Vâng. Anh cho tôi xem nhà được không ạ?
>
> Ⓑ Được. Mời anh vào.... Nhà có 3 tầng.
> 각 층마다 침실 2개, 화장실 1개 그리고 발코니 1개가 있어요 .
>
> Ⓐ Thuê một tầng thì bao nhiêu tiền một tháng ạ?
>
> Ⓑ 9 triệu đồng, 전기요금과 수도요금은 불포함입니다 .
>
> Ⓐ Vậy 비싸지도 싸지도 않군요 ! Bao giờ tôi có thể ở được ạ?
>
> Ⓑ Từ tuần sau, anh đến ở được.

🎧 04-09

3 다음의 글과 질문을 듣고 각각 맞는 답에 ✔표 하세요.

(1)　① (　　　　)

　　　② (　　　　)

(2)　① (　　　　)

　　　② (　　　　)

4 다음 질문을 듣고 대답을 해보세요.

(1)

➡ _____ .

(2)

➡ _____ .

(3)

➡ _____ .

○ 베트남의 주거 문화 1

전통 가옥 냐산(Nhà sàn)의 구조를 통해 우리는 물, 홍수, 습기, 짐승을 피하고자 한 베트남 사람들의 지혜를 엿볼 수 있습니다. 집을 지면에서 높게 만들고, 지붕을 경사지게 하였습니다. 이는 기후와 자연환경이 비슷한 동남아시아 일대의 공통된 전통 가옥 구조이기도 합니다.

베트남 남부 메콩강 일대에서는 집단 수상 가옥과 선상 가옥도 흔히 찾아볼 수 있습니다. 이곳에 거주하는 사람들은 주로 어업, 운송 등을 전문으로 하고 있습니다.

도시에서는 단독 주택이나 공동 주택, 즉 아파트가 일반적인 주거 형태입니다. 베트남에서는 옆집과 벽면을 공유하여 줄지어진 형태의 주택을 쉽게 볼 수 있습니다. 이 경우에는 대략 가로 4m, 세로 20m 정도로 한 층의 면적이 규격화되어 있기 때문에 성냥갑이 줄지어 서 있는 듯한 느낌을 주기도 합니다. 최근에는 대도시 인근에 신도시가 개발되면서 대규모의 현대식 아파트 단지가 들어서고 있답니다.

Bài 5

Cái này không những chất lượng cao mà còn rẻ nữa.

이것은 품질이 좋을 뿐만 아니라 저렴하기도 해요.

1. 시도 관련 표현을 말할 수 있다.

2. 상관어구 không những A mà còn를 사용하여 말할 수 있다.

3. mà의 두 가지 용법을 사용하여 말할 수 있다.

 05-01

Ⓐ Tôi muốn mua một cái máy lạnh. Tôi xem thử, được không?

나는 에어컨 하나를 사고 싶습니다. 내가 봐도 될까요?

Ⓑ Vâng, được chứ ạ. Cửa hàng chúng tôi đang giảm giá.

네, 가능하죠. 저희 가게는 할인 중입니다.

단어

máy lạnh (= máy điều hoà) 에어컨 | cửa hàng 상점 | giảm giá 할인하다

문법과 표현

○ '동사 + thử' 혹은 'thử + 동사'는 '~를 시도하다, ~해보다'라는 의미입니다.

Ⓐ Tôi mặc thử cái áo này được không?

내가 이 옷을 입어봐도 될까요?

Ⓑ Được chứ ạ. Anh cứ tự nhiên nhé.

가능하죠. 형/오빠 계속 편하게 하세요.(편하게 입어보세요.)

Ⓐ Đôi giày này đẹp lắm. Em mua đi.

이 신발은 너무 예뻐. 얘야 사렴.

Ⓑ Vậy, cho em thử đi đôi giày này nhé.

그럼, 제가 이 신발을 신어보게 해주세요.

1

Ⓐ Tôi Ⓐ <u>mặc thử cái áo này</u>, được không?
내가 이 옷을 입어봐도 될까요?

Ⓑ Được chứ ạ. Anh cứ tự nhiên nhé.
가능하죠. 형/오빠 계속 편하게 하세요.

Ⓐ

(1)   đi thử chiếc xe đạp này

(2)   thử chụp bằng cái máy ảnh kia

(3)   thử xem quyển sách này

2

Ⓐ Ⓐ <u>Đôi giày này</u> Ⓑ <u>đẹp</u> lắm. Em mua đi.
이 신발은 너무 예뻐. 얘야 사렴.

Ⓑ Vậy, cho em thử Ⓒ <u>đi</u> Ⓐ <u>đôi giày này</u> nhé.
그럼, 제가 이 신발을 신어보게 해주세요.

	Ⓐ	Ⓑ	Ⓒ
(1)	<u>Bánh này</u>	<u>ngon</u>	<u>ăn</u>
(2)	<u>Cái áo dài này</u>	đẹp	<u>mặc</u>
(3)	<u>Cà phê này</u>	thơm	<u>uống</u>

 05-03

Ⓐ Cái này bao nhiêu tiền anh?

이것은 얼마예요?

Ⓑ Máy lạnh này của công ti ABC, 8 triệu đồng ạ. Cái này không những chất lượng cao mà còn rẻ nữa.

ABC회사의 이 에어컨은 8백만 동입니다. 이것은 품질이 좋을 뿐만 아니라 저렴하기도 해요.

단어

chất lượng 품질 | rẻ 싸다

문법과 표현

○ 상관어구 'không những A mà còn B'는 'A할 뿐만 아니라 B하기도 하다'라는 의미입니다. 문장을 더욱 강조하기 위해서 '(cả)...nữa'를 추가할 수 있습니다.

Ⓐ Ti vi này của công ti Sona thế nào? Sona사의 이 TV는 어때요?

Ⓑ Cái đó không những nhỏ mà còn cũ nữa.
그것은 작을 뿐만 아니라 오래되었습니다.

Ⓐ Chị ấy học tiếng Anh à? 그 누나/언니는 영어를 공부해?

Ⓑ Ừ. Chị ấy không những học tiếng Anh mà còn học cả tiếng Hàn nữa.
응. 그 누나/언니는 영어를 공부할 뿐만 아니라 한국어까지 공부해.

○ 반의어로 배우는 형용사

nhanh 빠르다 ↔ chậm 느리다	khoẻ 건강하다 ↔ yếu 연약하다
rộng 넓다 ↔ hẹp 좁다	cao 키가 크다/높다 ↔ thấp 키가 작다/낮다
sáng 밝다 ↔ tối 어둡다	muộn/trễ 늦다 ↔ sớm 이르다
sạch 깨끗하다 ↔ bẩn 더럽다	to/lớn 크다 ↔ nhỏ 작다
khó 어렵다 ↔ dễ 쉽다	mỏng 얇다 ↔ dày 두껍다

58

 05-04

1

Ⓐ Ⓐ Ti vi này của công ti Sona thế nào?
Sona사의 이 TV는 어때요?

Ⓑ Cái đó không những Ⓑ nhỏ mà còn Ⓒ cũ nữa.
그것은 작을 뿐만 아니라 오래되었습니다.

	Ⓐ	Ⓑ	Ⓒ
(1)	Máy tính	nặng	to
(2)	Máy ảnh	tiện	nhẹ
(3)	Máy điện thoại	mới	hiện đại

2

chị ấy / học tiếng Anh / học tiếng Hàn

→ Chị ấy **không những** học tiếng Anh **mà còn** học tiếng Hàn nữa.

(1) mùa đông ở đây / lạnh / khô

_____

(2) bài này / khó / dài

_____

(3) đồ ăn ở quán này / ngon / sạch

_____

 05-05

Ⓐ Hàng này đẹp mà đắt quá. Có loại nào rẻ hơn không?

이것은 예쁜데 너무 비싸요. 더 싼 것 있나요?

Ⓑ Giá này rẻ chứ không đắt. Đang giảm giá 30% mà.

이 가격은 싸지, 비싸지 않아요. 지금 30% 할인 중인데요.

단어

hàng 물건 | đắt 비싸다 | loại 종류

문법과 표현

○ mà는 여러 가지 역할을 하는 단어입니다.

① 문장과 문장을 잇는 접속사 역할을 하면서 '그런데, 그러나'의 의미를 가집니다.

Ⓐ **Bạn hiểu bài này chưa?** 너 이 과(제)를 이해했어?

Ⓑ **Chưa. Thầy đã giải thích mấy lần rồi mà mình vẫn chưa hiểu.**

아직. 선생님께서 몇 번 설명을 하셨는데 나는 아직 이해가 안 돼.

② 문장 맨 끝에서 화자의 의도를 강조할 때 쓰입니다. 보통 '~잖아요/ ~인데요'로 해석됩니다.

Ⓐ **Chị có thích phở không?** 누나/언니 퍼를 좋아하세요?

Ⓑ **Có. Chị là người Việt Nam mà.** 응. 누나/언니는 베트남 사람이잖아.

○ 'A chứ không B'는 'A이지 B(이지)는 않다/아니다'라는 의미로, A의 내용을 강조함과 동시에 B 의 내용도 부정할 때 사용합니다.

Ⓐ **Anh Nam béo à?** 남 형이/오빠가 뚱뚱한가요?

Ⓑ **Anh Nam gầy chứ không béo.** 남 형은/오빠는 말랐지, 뚱뚱하지 않아요.

1

> thầy đã giải thích mấy lần rồi / mình vẫn chưa hiểu
>
> → Thầy đã giải thích mấy lần rồi **mà** mình vẫn chưa hiểu.

(1) đường này nguy hiểm / anh ấy vẫn đi

_____

(2) đã 7 giờ tối rồi / vẫn sáng

_____

(3) em ấy thích cái điện thoại này / bố mẹ em ấy không mua cho

_____

2

Ⓐ Ⓐ Anh Nam Ⓑ béo à?
남 형은/오빠는 뚱뚱한가요?

Ⓑ Ⓐ Anh Nam Ⓒ gầy chứ không Ⓑ béo.
남 형은/오빠는 말랐지 뚱뚱하지 않아요.

	Ⓐ	Ⓑ	Ⓒ
(1)	Ngày mai	nắng	mưa
(2)	Em	xem bóng đá	xem phim
(3)	Chị	bị đau đầu	bị đau bụng

🎧 05–07

Su-ho	Tôi muốn mua một cái máy lạnh. Tôi xem thử, được không?
Người bán	Vâng, được chứ ạ. Cửa hàng chúng tôi đang giảm giá.
Su-ho	Cái này bao nhiêu tiền anh?
Người bán	Máy lạnh này của công ti ABC, 8 triệu đồng ạ. Cái này không những chất lượng cao mà còn rẻ nữa.
Su-ho	Hàng này đẹp mà đắt quá. Có loại nào rẻ hơn không?
Người bán	Giá này rẻ chứ không đắt. Đang giảm giá 30% mà. Anh lấy cái này đi.
Su-ho	Vâng. Tôi lấy cái này nhé.

 단어   lấy 취하다, 택하다

수호   나는 에어컨 한 대를 사고 싶습니다. 내가 봐도 될까요?
점원   네, 가능하죠. 저희 가게는 세일 중입니다.
수호   이것은 얼마입니까?
점원   C사의 이 에어컨은 8백만 동입니다. 이것은 품질이 좋을 뿐만 아니라 저렴하기도 해요.
수호   이것은 예쁜데 너무 비싸요. 더 싼 것 있나요?
점원   이 가격은 싸지, 비싸지 않아요. 지금 30% 할인 중인데요. 이걸로 하세요.
수호   네. 이걸로 하겠습니다.

1 잘 듣고 소리 내어 따라해 보세요.

> **❶** Ⓐ Tôi muốn mua một cái máy lạnh. Tôi xem thử, được không?
>
> Ⓑ Vâng, được chứ ạ. Cửa hàng chúng tôi đang giảm giá.
>
> **❷** Ⓐ Cái này bao nhiêu tiền anh?
>
> Ⓑ Máy lạnh này của công ti ABC, 8 triệu đồng ạ. Cái này không những chất lượng cao mà còn rẻ nữa.
>
> **❸** Ⓐ Hàng này đẹp mà đắt quá. Có loại nào rẻ hơn không?
>
> Ⓑ Giá này rẻ chứ không đắt. Đang giảm giá 30% mà.

2 한국어를 베트남어로 바꾸어 대화해 보세요.

> Ⓐ Tôi muốn mua một cái máy lạnh. 내가 봐도 될까요 ?
>
> Ⓑ Vâng, được chứ ạ. Cửa hàng chúng tôi đang giảm giá.
>
> Ⓐ Cái này bao nhiêu tiền anh?
>
> Ⓑ Máy lạnh này của công ti ABC, 8 triệu đồng ạ. 이것은 품질이 좋을 뿐만 아니라 저렴하기도 해요 .
>
> Ⓐ 이것은 예쁜데 너무 비싸요 . Có loại nào rẻ hơn không?
>
> Ⓑ 이 가격은 싸지, 비싸지 않아요 . Đang giảm giá 30% mà. Anh lấy cái này đi.
>
> Ⓐ Vâng. Tôi lấy cái này nhé.

🎧 05-09

3 다음의 글과 질문을 듣고 각각 맞는 답에 ✓표 하세요.

(1) ① (   )

② (   )

(2) ① (   )

② (   )

4 다음 질문을 듣고 대답을 해보세요.

(1)

➡ _____ .

(2)

➡ _____ .

(3)

➡ _____ .

○ 하노이 전통시장

새로운 도시를 여행할 때 그곳의 전통시장을 구경하는 것도 큰 재미입니다. 하노이의 대표적인 전통시장 4곳을 소개합니다.

▶ **Chợ Đồng Xuân** '없는 것 빼고 다 있는' 명실공히 가장 규모가 크고 유명한 동쑤언(Đồng Xuân) 시장입니다. 1889년부터 존재하였으니 역사가 정말 오래되었지요. 3층이며 5개의 구역으로 나뉘어져 있습니다. 다 둘러보는데도 오랜 시간이 걸릴 정도 입니다. 주말에는 건물 밖으로 야시장이 길게 늘어서는데, 그 규모 또한 엄청나서 낮, 밤으로 즐길 것이 많은 시장입니다.

▶ **Chợ Hôm** 예전에는 오후에만 식재료 판매 위주로 열렸던 시장인데 요즘에는 거의 모든 상품을 취급하는 하노이에서 두 번째로 규모가 큰 홈(Hôm) 시장입니다. 특히 여러 가지 천 종류를 팔기 때문에 옷, 커튼, 이불 등을 제작하고자 한다면 이 시장을 이용하세요.

▶ **Chợ Long Biên** 롱비엔(Long Biên)다리 바로 밑에 위치한 롱비엔시장입니다. 그 중에도 제일 유명한 품목은 과일입니다. 밤 10시부터 2시까지 도매 거래로 가장 활기를 띄며 이곳의 상품이 하노이 시내 곳곳에 유통됩니다. 가장 신선한 과일을 만나고 싶다면 롱비엔시장으로 오세요.

▶ **Chợ Hoa Quảng An** 하노이의 꽃시장인 꽝안(Quảng An) 시장입니다. 24시간 열리는 시장이지만 새로운 꽃이 들어오는 10시부터 7시까지가 가장 바쁜 시간입니다. 한국에 비해 꽃 가격이 저렴하기 때문에 부담 없이 구매해 볼 수 있습니다.

Bài 6

Nghỉ hè này, chị có đi đâu không?

이번 여름 휴가에 누나/언니는 어딘가 갔나요?

학습목표

1. 'có + 의문사 + không' 표현을 사용하여 말할 수 있다.
2. 'đâu(ai, gì, nào..) cũng' 표현을 사용하여 말할 수 있다.
3. được을 사용한 수동태 문장을 말할 수 있다.

 06-01

Ⓐ Nghỉ hè này, chị có đi đâu không?
이번 여름 휴가에 누나/언니는 어딘가 갔나요?

Ⓑ Có. Tuần trước, chị mới đi Đà Lạt về.
응. 지난주에 나는 달랏에 갔다 왔어.

단어

tuần trước 지난주 | **về** 돌아오다, 돌아가다

문법과 표현

○ '(có) ~ không' 의문문 안에 의문사가 들어가게 되면 '무언가(gì), 어딘가(đâu), 누군가(ai) ~합니까?'로 해석됩니다. 'có ~ không' 의문문이 중심이 되기 때문에 의문사를 묻는 것이 아닌 서술어의 여부를 묻는 의문문입니다.

Ⓐ Bạn ăn gì?
너 뭐 먹을래?

Ⓑ Mình ăn bún chả.
나 분짜 먹을래.

Ⓐ Bạn có ăn gì không?
너 무언가 먹을래?

Ⓑ Không. Mình không đói.
아니. 나 배 안고파.

○ 'đi + 장소 + về'는 '~에 갔다 돌아오다'의 의미이며, 'đi + 동사 + về'는 '~하고 돌아오다'의 의미를 나타냅니다.

Ⓐ Anh đi đâu về?
형/오빠 어디 갔다 오셨어요?

Ⓑ Anh đi Mũi Né về.
형/오빠는 무이네에 갔다 왔어.

Ⓐ Chị đi đâu về?
누나/언니 어디 갔다 오셨어요?

Ⓑ Chị đi rửa tay về.
누나/언니는 손 씻으러 갔다 왔어.

🎧 06-02

1

Bạn ăn gì?

→ Bạn **có** ăn gì **không**?

(1) Chị đi chơi đâu?

_____

(2) Hôm nay, bạn gặp ai?

_____

(3) Em có kế hoạch gì?

_____

2

Ⓐ Ⓐ Anh đi đâu về?

형/오빠 어디 갔다 오셨어요?

Ⓑ Ⓐ Anh đi Ⓑ Mũi Né về.

형/오빠는 무이네에 갔다 왔어.

	Ⓐ	Ⓑ
(1)	Ông	chợ
(2)	Bà	làm
(3)	Chị	học

 06-03

Ⓐ Ôi thích nhỉ! Chị thấy Đà Lạt thế nào?

와 좋았겠네요! 누나/언니가 생각하기에 달랏이 어때요?

Ⓑ Phong cảnh ở Đà Lạt đẹp lắm. Ở đâu cũng có hoa.

달랏의 풍경은 아주 아름다워. 어디든지 꽃이 있어.

단어

thấy 생각하다 | phong cảnh 풍경

문법과 표현

○ 상대방의 생각을 물을 때는 '주어 + thấy ~ thế nào?(주어가 생각하기에 ~가 어때요?)'를 사용합니다.

Ⓐ Chị thấy ti vi của công ti Sona thế nào?

언니/누나가 생각하기에 Sona사의 TV는 어때요?

Ⓑ Chị thấy loại đó rất tốt.

언니/누나가 생각하기에 그 종류(그것)는 매우 좋아.

○ '(ở) đâu/ai/명사+nào/bao giờ 혹은 khi nào + cũng ~'는 '어디든지/누구든지/어떤 ~든지/언제 든지 ~하다'의 의미입니다.

Ⓐ Hà Nội có nhiều xe máy nhỉ. 하노이는 오토바이가 많아요.

Ⓑ Việt Nam thì ở đâu cũng có nhiều xe máy mà.

베트남은 어디든지 오토바이가 많잖아.

Ⓐ Ở đây, món nào ngon? 여기는 어떤 음식이 맛있나요?

Ⓑ Ở đây, món nào cũng ngon. 여기는 어떤 음식이든지 맛있어요.

70

06-04

1

Ⓐ Chị thấy Ⓐ ti vi của công ti Sona thế nào?
언니/누나가 생각하기에 Sona사의 TV는 어때요?

Ⓑ Chị thấy Ⓐ loại đó Ⓑ rất tốt.
언니/누나가 생각하기에 그 종류(그것)는 매우 좋아.

	Ⓐ	Ⓑ
(1)	người Việt Nam	rất thân thiện
(2)	món ăn Việt Nam	rất ngon
(3)	khách sạn này	phục vụ rất tốt

2

Ⓐ Ở đây, Ⓐ món nào Ⓑ ngon?
여기는 어떤 음식이 맛있나요?

Ⓑ Ở đây, Ⓐ món nào cũng Ⓑ ngon.
여기는 어떤 음식이든지 맛있어요.

	Ⓐ	Ⓑ
(1)	người	biết tiếng Việt
(2)	cái	rẻ
(3)	chỗ	đẹp

Bài 6 **Nghỉ hè này, chị có đi đâu không?** 71

 06-05

Ⓐ Đà Lạt được gọi là "thành phố ngàn hoa", đúng không?

달랏은 '(천개의) 꽃의 도시'라고 불리는 것이, 맞죠?

Ⓑ Ừ. Đà Lạt nổi tiếng về hoa. Ở Đà Lạt thường tổ chức Festival Hoa 2 năm 1 lần.

응. 달랏은 꽃으로 유명해. 달랏에서는 보통 2년에 1번씩 꽃 축제를 개최해.

단어

tổ chức 조직하다, 개최하다

문법과 표현

○ 베트남어에는 긍정적인 내용이냐 부정적인 내용이냐에 따라 수동태의 형태가 다른데, 주어에 주로 긍정적인 내용일 때는 được을 사용합니다.

① 주어가 동사하게 되는 경우 '주어 + được + 동사'의 형태로 사용합니다.

- Ngài mai, chị được nghỉ học.
  내일 누나/언니는 수업을 쉬게 되었어.

- Ngôi nhà này được xây dựng vào năm 1950.
  이 집은 1950년에 지어졌다.

② 주어가 'A'에게 동사하는 것을 받는 경우에는 '주어 + được + A + 동사'의 형태로 사용합니다.

- Tuấn được bạn gái gọi là "chồng".
  뚜언은 여자친구로부터 '남편'이라고 불린다.

- Ngôi nhà này được ông tôi xây dựng vào năm 1950.
  이 집은 나의 할아버지에 의해 1950년에 지어졌다.

72

🎧 06-06

1

Ⓐ Sao trông chị vui thế?
왜 누나/언니는 그렇게 즐거워 보여요?

Ⓑ Vì Ⓐ ngày mai, chị được Ⓑ nghỉ học.
왜냐하면 내일 누나/언니는 수업을 쉬게 되었거든.

	Ⓐ	Ⓑ
(1)	hôm nay	nhận lương
(2)	tuần sau	đi du lịch
(3)	bây giờ	khen

2

Bạn gái gọi Tuấn là 'chồng'.

→ Tuấn được bạn gái gọi là 'chồng'.

(1) Lan tặng Tuấn một cái đồng hồ.

Tuấn được _____.

(2) Thầy giáo khen Tuấn

Tuấn được _____.

(3) Bác cho Tuấn tiền.

Tuấn được _____.

🎧 06-07

Minh Nghỉ hè này, chị có đi đâu không?

So-mi Có. Tuần trước, chị mới đi Đà Lạt về.

Minh Ôi thích nhỉ! Chị thấy Đà Lạt thế nào?

So-mi Phong cảnh ở Đà Lạt đẹp lắm. Ở đâu cũng có hoa.

Minh Vì vậy Đà Lạt được gọi là "thành phố ngàn hoa", đúng không?

So-mi Ừ. Đà Lạt rất nổi tiếng về hoa. Ở Đà Lạt thường tổ chức Festival Hoa 2 năm 1 lần.

Minh Em chưa có dịp đi Đà Lạt nên rất muốn đi.

So-mi Lần sau, em đi thử đi.

단어 dịp 기회 | lần sau 다음번

민   이번 여름방학에 누나 어딘가 갔나요?
소미 응. 지난주에 달랏에 갔다 왔어.
민   와 좋았겠네요! 누나가 생각하기에 달랏은 어때요?
소미 달랏의 풍경은 아주 아름다워. 어디든지 꽃이 있어.
민   그래서 달랏이 '(천개의) 꽃의 도시'라고 불리는 것이, 맞죠?
소미 응. 달랏은 꽃으로 아주 유명해. 달랏에서는 보통 2년에 한 번씩 꽃 축제가 열려.
민   저는 아직 달랏에 가볼 기회가 없었는데 그래서 매우 가고 싶어요.
소미 다음번에 가보렴.

1 잘 듣고 소리 내어 따라해 보세요.

① Ⓐ Nghỉ hè này, chị có đi đâu không?

　　Ⓑ Có. Tuần trước, chị mới đi Đà Lạt về.

② Ⓐ Ôi thích nhỉ! Chị thấy Đà Lạt thế nào?

　　Ⓑ Phong cảnh ở Đà Lạt đẹp lắm. Ở đâu cũng có hoa.

③ Ⓐ Đà Lạt được gọi là "thành phố ngàn hoa", đúng không?

　　Ⓑ Ừ. Đà Lạt nổi tiếng về hoa. Ở Đà Lạt thường tổ chức Festival Hoa 2 năm 1 lần.

2 한국어를 베트남어로 바꾸어 대화해 보세요.

Ⓐ Nghỉ hè này, 누나 어딘가 갔나요 ?

Ⓑ Có. Tuần trước, chị mới 달랏에 갔다 왔어 .

Ⓐ Ôi thích nhỉ! 누나가 생각하시기에 달랏이 어때요 ?

Ⓑ Phong cảnh ở Đà Lạt đẹp lắm. 어디든지 꽃이 있어 .

Ⓐ Vì vậy 달랏이 '(천개의) 꽃의 도시'라고 불리는 것이, 맞죠 ?

Ⓑ Ừ. Đà Lạt nổi tiếng về hoa. Ở Đà Lạt thường tổ chức Festival Hoa 2 năm 1 lần.

🎧 06-09

3 다음의 글과 질문을 듣고 각각 맞는 답에 ✔표 하세요.

(1)   ① (   )

     ② (   )

(2)   ① (   )

     ② (   )

4 다음 질문을 듣고 대답을 해보세요.

(1)

➡ _____.

(2)

➡ _____.

(3)

➡ _____.

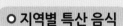

○ 지역별 특산 음식

▶ **Phở Hà Nội** 더 이상의 설명은 필요 없는, 한국인에게 가장 널리 알려진 베트남 음식 phở는 하노이 음식입니다. 위에 올라가는 고기의 종류에 따라 phở bò(소), phở gà(닭)으로 나뉘고 phở bò는 다시 고기의 익힘 정도에 따라 phở tái(덜익은)와 phở chín(완전히 익음)으로 나뉩니다.

▶ **Cơm tấm Sài Gòn** 깨진 쌀로 지은 밥이란 뜻인 cơm tấm은 흉년에 먹을 것이 없어 어쩔 수 없이 깨진 쌀로 밥을 지어 반찬과 먹던 것에서 유래한 호찌민시 음식입니다. 특이하게 이 음식은 포크로 먹는데요, 그 이유는 프랑스 식민지 시대에 이 음식이 유명해 지면서 외국인들이 포크를 사용해서 먹었기 때문입니다.

▶ **Cơm cháy Ninh Bình** 이 요리는 닌빈(Ninh Bình) 지역의 것으로 말린 누룽지(cơm cháy)를, 먹기 전에 튀겨 짭짤한 음식들을 그 위에 올려서 먹습니다. 누룽지를 튀기니 식감이 아주 바삭합니다. 베트남에서는 누룽지를 하나의 요리로 즐긴다는 것이 신기하지요?

▶ **Mì Quảng miền Trung** 중부지방에서 유명한 면 요리는 Mì Quảng입니다. 해안이 가까워 새우를 고명으로 얹는 것이 특징이며 국물은 자작하게 깔려있습니다. 맛은 자극적이지 않고 심심한데 라이스페이퍼 튀긴 것을 부수어서 같이 먹으면 바삭한 식감이 더해져 어느덧 한 그릇을 다 비우게 됩니다.

Bài 7

Tôi muốn đến sân bay quốc tế Nội Bài.

노이바이 국제공항에 가고 싶습니다.

학습목표

1. cần을 사용한 문장을 말할 수 있다.
2. 거리 관련 표현을 말할 수 있다.
3. giúp을 사용한 요청 표현을 말할 수 있다.

Ⓐ Alô. Taxi Mai Linh xin nghe.

여보세요. 마일린 택시 (전화) 받았습니다.

Ⓑ Cho tôi một chiếc taxi đến số 15 Tạ Quang Bửu. À, tôi cần xe 7 chỗ.

나에게 따꽝브우 15번으로 택시 한 대 보내주세요. 아, 나는 7인승 차가 필요해요.

단어

cần 필요하다 | **chỗ** 좌석(인승)

문법과 표현

○ cần은 '~이 필요하다'의 의미를 가지고 있으며 cần뒤에 동사, 형용사와 명사 모두 올 수 있습니다. 또한 phải와 함께 'cần phải' 형태로 쓸 수 있으며 이 때는 '~해야 할 필요가 있다'의 의미로 사용합니다.

Ⓐ Bạn cần hỏi gì?

너는 무엇을 물을 필요가 있어?

Ⓑ Mình cần hỏi chuyện này.

나는 이 일을 물어볼 필요가 있어.

○ 부정형 '~이 필요없다, ~할 필요없다'는 'không cần'으로 표현합니다.

Ⓐ Chị cần kiểm tra 1 lần nữa không?

누나/언니가 한 번 더 검사할 필요가 있어?

Ⓑ Vì kiểm tra 2 lần rồi nên chị không cần kiểm tra 1 lần nữa.

검사를 두 번 했기 때문에 누나/언니가 한 번 더 검사할 필요가 없어요.

🎧 07-02

1

ⓐ Bạn cần Ⓐ <u>hỏi</u> gì?
너는 무엇을 물을 필요가 있어?

ⓑ Mình cần Ⓐ <u>hỏi</u> Ⓑ <u>chuyện này</u>.
나는 이 일을 물어볼 필요가 있어.

	Ⓐ	Ⓑ
(1)	<u>mua</u>	<u>mấy quyển tiểu thuyết</u>
(2)	<u>học</u>	<u>phát âm tiếng Anh</u>
(3)	<u>tìm</u>	<u>địa điểm hẹn ngày mai</u>

2

ⓐ Chị cần Ⓐ <u>kiểm tra 1 lần nữa</u> không?
누나/언니가 한 번 더 검사할 필요가 있어?

ⓑ Vì Ⓑ <u>kiểm tra 2 lần rồi</u> nên chị không cần Ⓐ <u>kiểm tra 1 lần nữa</u>.
검사를 두 번 했기 때문에 누나/언니가 한 번 더 검사할 필요가 없어요.

	Ⓐ	Ⓑ
(1)	<u>nói lại</u>	<u>em đã hiểu rồi</u>
(2)	<u>đi bệnh viện</u>	<u>uống thuốc rồi</u>
(3)	<u>làm thêm</u>	<u>hôm nay giám đốc về nhà sớm</u>

Ⓐ **Sân bay quốc tế Nội Bài cách đây bao xa?**
노이바이 국제공항은 여기에서 얼마나 멀어요?

Ⓑ **Khoảng 30 km ạ.**
대략 30km입니다.

단어

sân bay 공항 | quốc tế 국제 | khoảng 대략

문법과 표현

○ bao xa는 거리가 얼마나 되는지 묻고 싶을 때 '얼마나 멀어?'라는 의미의 의문사로 사용됩니다. cách은 '~로부터 떨어져 있다'라는 뜻으로 'A cách B ~'로 사용할 경우 'A는 B로부터 ~만큼 떨어져 있다'라는 의미입니다. 두 단어를 붙여서 'A cách B bao xa?(A가 B로부터 얼마나 멀어?)'로 사용할 수 있습니다.

Ⓐ **Trường cách đây bao xa?**
학교가 여기로부터 얼마나 멀어(떨어져 있어)?

Ⓑ **Khoảng 1 km chị ạ.**
대략 1km예요 누나/언니.

○ 거리를 물을 때 사용하는 또 다른 표현으로는 '~ có xa không(~가 멀어요?)'이 있으며, 대답할 때는 거리 또는 시간 표현을 사용하여 말할 수 있습니다.

Ⓐ **Từ đây đến đó có xa không?**
여기에서 거기까지 멀어요?

Ⓑ **Không. Từ đây đến đó không xa lắm.**
아니요. 여기에서 거기까지 그다지 멀지는 않아요.

1

Ⓐ Ⓐ Trường cách Ⓑ đây bao xa?
학교가 여기로부터 얼마나 멀어?

Ⓑ Ⓒ Khoảng 1 km chị ạ.
대략 1km예요 누나/언니.

	Ⓐ	Ⓑ	Ⓒ
(1)	Busan	Seoul	Khoảng 500 km
(2)	Đà Nẵng	Hà Nội	Khoảng 800 km
(3)	Công viên	nhà em	Khoảng 500 m

2

Ⓐ Ⓐ Từ đây đến đó có xa không?
여기에서 거기까지 멀어요?

Ⓑ Ⓑ Không. Ⓐ Từ đây đến đó Ⓒ không xa lắm.
아니요. 여기에서 거기까지 그렇게 멀지는 않아요.

	Ⓐ	Ⓑ	Ⓒ
(1)	Từ ga tàu điện ngầm đến đây	Không	gần lắm
(2)	Từ nhà anh đến công ti	Có	hơi xa
(3)	Đi xe máy từ Nhà hát Lớn đến đây	Có	mất 30 phút

 07-05

Ⓐ Anh làm ơn đi nhanh giúp tôi một chút. Tôi sợ sẽ đến muộn.
좀 더 빨리 가주세요. 나는 늦게 도착할까봐 걱정이에요.

Ⓑ Xin lỗi, bây giờ là giờ cao điểm nên đang bị tắc đường.
죄송합니다. 지금은 러시아워라 길이 막히고 있어요.

một chút 조금 | sợ 걱정하다, 두려워하다 | muộn 늦다 | giờ cao điểm 러시아워 | tắc đường 길이 막히다

문법과 표현

○ '동사 + giúp + A'는 'A에게 동사 해주세요'의 의미로 상대방에게 도움을 요청할 때 사용합니다. 부탁할 때 쓰는 또 다른 단어인 làm ơn과 같이 쓸 수 있습니다.

Ⓐ Tôi có thể giúp gì cho chị?
무엇을 도와 드릴까요?

Ⓑ Anh (làm ơn) gọi giúp tôi một chiếc taxi.
택시 한 대를 불러주세요.

○ 'bị + (A) + 동사'의 형태로 사용하면 '(A로부터) 동사 되다/당하다'라는 수동 표현이 됩니다. 주어에 부정적인 내용일 때 bị를 사용합니다. (주어에 긍정적인 내용은 được이며 문장 구조는 동일합니다. 6과를 참고하세요.)

Ⓐ Em làm sao thế?
너 어떻게 된거야?

Ⓑ Em bị mất ví tiền ở trung tâm mua sắm.
저는 쇼핑센터에서 지갑을 잃어버렸어요.

문형연습 3

🎧 07-06

1

Ⓐ Tôi có thể giúp gì cho chị?
무엇을 도와 드릴까요?

Ⓑ Anh làm ơn Ⓐ gọi giúp tôi Ⓑ một chiếc taxi.
택시 한 대를 불러주세요.

	Ⓐ	Ⓑ
(1)	đổi	100 đô la
(2)	đặt	vé chuyến bay sáng mai
(3)	chỉ	đường đến hiệu sách

2

Ⓐ Em làm sao thế?
어떻게 된거야?

Ⓑ Em bị Ⓐ mất ví tiền ở trung tâm mua sắm.
저는 쇼핑센터에서 지갑을 잃어버렸어요.

	Ⓐ
(1)	tai nạn giao thông trên đường đi làm
(2)	mẹ mắng vì lười học
(3)	phạt vì không trả sách thư viện

🎧 07–07

Nhân viên   Alô. Taxi Mai Linh xin nghe.

Min-ho   Cho tôi một chiếc taxi đến số 15 Tạ Quang Bửu. À, tôi cần xe 7 chỗ.

• • •

Tài xế   Anh đi đâu ạ?

Min-ho   Tôi muốn đến sân bay quốc tế Nội Bài. Chỗ đó cách đây bao xa?

Tài xế   Khoảng 30 km ạ.

Min-ho   Anh làm ơn đi nhanh giúp tôi một chút. Tôi sợ sẽ đến muộn.

Tài xế   Xin lỗi, bây giờ là giờ cao điểm nên đang bị tắc đường. Nhưng sắp đến nơi rồi ạ.

Min-ho   Anh hãy dừng ở trước cửa số 1 nhé.

단어   tài xế 운전기사 | dừng 세우다, 중지하다 | cửa 문

직원   여보세요. 마일린 택시입니다.
민호   따꽝브우 15번으로 택시 한 대 보내주세요. 아, 나는 7인승 차가 필요합니다.

• • •

운전기사   어디로 가세요?
민호   나는 노이바이 국제공항으로 가고 싶어요. 여기에서 거기까지 얼마나 멀어요?
운전기사   대략 30km입니다.
민호   조금 더 빨리 가주세요. 나는 늦게 도착할까봐 걱정이에요.
운전기사   죄송합니다, 지금은 러시아워라 길이 막히고 있어요. 그러나 곧 도착합니다.
민호   1번 게이트 앞에서 세워주세요.

 07–08

1 잘 듣고 소리 내어 따라해 보세요.

❶ Ⓐ Alô. Taxi Mai Linh xin nghe.

Ⓑ Cho tôi một chiếc taxi đến số 15 Tạ Quang Bửu. À, tôi cần xe 7 chỗ.

❷ Ⓐ Anh đi đâu ạ?

Ⓑ Tôi muốn đến sân bay quốc tế Nội Bài. Chỗ đó cách đây bao xa?

Ⓐ Khoảng 30 km ạ.

❸ Ⓐ Anh làm ơn đi nhanh giúp tôi một chút. Tôi sợ sẽ đến muộn.

Ⓑ Xin lỗi, bây giờ là giờ cao điểm nên đang bị tắc đường.

2 한국어를 베트남어로 바꾸어 대화해 보세요.

Ⓐ Alô. Taxi Mai Linh xin nghe.

Ⓑ Cho tôi một chiếc taxi đến số 15 Tạ Quang Bửu. À, 나는 7인승 차가 필요합니다 .

• • •

Ⓐ Anh đi đâu ạ?

Ⓑ Tôi muốn đến sân bay quốc tế Nội Bài. 여기에서 거기까지 얼마나 멀어요 ?

Ⓐ Khoảng 30 km ạ.

Ⓑ 조금 빨리 가주세요 . Tôi sợ sẽ đến muộn.

Ⓐ Xin lỗi, bây giờ là giờ cao điểm nên đang 길이 막혀요 .

회화연습 **2**

🎧 07–09

3 다음의 글과 질문을 듣고 각각 맞는 답에 ✔표 하세요.

(1) ① (　　　　　)

　　② (　　　　　)

(2) ① (　　　　　)

　　② (　　　　　)

4 다음 질문을 듣고 대답을 해보세요.

(1)

➡ _____.

(2)

➡ _____.

(3)

➡ _____.

○ 베트남에서 택시 타기

베트남에서는 버스, 지하철과 같은 대중교통 수단을 이용하기는 어렵기 때문에 대부분의 여행객들은 택시를 이용하게 됩니다. 거리에서 다양한 택시회사 소속의 택시를 볼 수 있지만 아무 택시나 타게 되면 바가지를 쓸 위험이 있습니다.

가장 편리한 방법은 그랩(Grab)을 이용하는 것입니다. 한국에서 미리 어플리케이션을 받으면 되고, 베트남에서는 목적지만 입력하면 거리에 따라 택시비가 바로 확정되기 때문에 바가지를 쓸 일이 없어 안전합니다. 다만 GPS가 정확하지 않을 때는 승객이 어디에 있는지 운전기사가 찾지 못할 때가 종종 있습니다.

간혹 그랩이 안 잡히거나 그랩이 없는 지역에서는 일반 택시를 이용해야 합니다. 택시회사 중 큰 규모의 마일린(MAI LINH)이나 비나썬(VINASUN)을 이용하면 안전합니다. 단, 마일린과 비나썬 택시와 비슷한 색깔과 로고를 가진 택시회사도 있기 때문에 주의해야 합니다.

택시를 타면 미터기가 켜져 있는지 확인하고 내릴 때 거스름돈을 잘 확인해야 합니다. 베트남 화폐가 단위가 커서 헷갈릴 수 있기 때문입니다.

Bài 8

Tôi muốn đặt một phòng đôi vào thứ tư tuần này.

나는 이번 주 수요일에 더블 룸 하나를 예약하고 싶어요.

 08-01

Ⓐ **Chào anh. Tôi muốn đặt một phòng đôi vào thứ tư tuần này.**

안녕하세요. 나는 이번 주 수요일에 더블 룸 하나를 예약하고 싶어요.

Ⓑ **Dạ, chị chờ một chút. Để em xem lịch đã.**

네, 잠시만 기다려주세요. 우선 달력을 볼게요.

단어

đặt 예약하다 | phòng đôi 더블 룸 | lịch 달력

문법과 표현

○ đặt은 '예약하다'라는 의미로 호텔이나 식당 비행기 표 등을 예약하고자 할 때 주로 사용됩니다.

Ⓐ **Tôi muốn đặt chỗ vào thứ hai tuần sau được không?**

다음 주 월요일에 좌석 예약 가능한가요?

Ⓑ **Dạ, được chị ạ.**

네, 가능합니다.

○ đã는 과거를 의미하는 시제의 역할 이외에 동사나 동사구 뒤에 위치하여 '우선, 일단 동사부터 한다'를 의미합니다.

Ⓐ **Chị chưa về à?**

누나/언니 집에 안가요?

Ⓑ **Chưa, chị phải làm xong việc đã.**

아직, 누나/언니는 우선 일을 마쳐야만 해.

🎧 08-02

1

ⒶTôi muốn đặt Ⓐ <u>chỗ</u> vào thứ hai tuần sau được không?

다음 주 월요일에 좌석 예약 가능한가요?

ⒷDạ, được chị ạ.

네, 가능합니다.

Ⓐ

(1)   <u>bàn</u>

(2)   <u>phòng</u>

(3)   <u>vé</u>

2

ⒶChị chưa về à?

누나/언니 집에 안가요?

ⒷChưa, chị phải Ⓐ <u>làm xong việc</u> đã.

아직, 누나/언니는 우선 일을 마쳐야만 해.

Ⓐ

(1)   <u>thuê xe máy</u>

(2)   <u>đọc sách</u>

(3)   <u>uống nước</u>

 08-03

Ⓐ Xin lỗi chị, cả tuần này đều hết phòng rồi.
죄송합니다. 이번 주는 모두 방이 찼어요.

Ⓑ Tôi muốn thuê phòng vào ngày gần nhất có thể.
나는 최대한 빠른 날짜로 방을 빌리고 싶어요.

Ⓐ Thứ hai tuần sau có được không chị?
다음 주 월요일은 어떠세요?

단어

hết 소진하다 | thuê 빌리다

문법과 표현

○ hết은 뒤에 명사가 위치할 때는 '~를 소진하다'라는 의미를 가지고 있으며, hết 앞에 동사가 위치할 때는 '다 ~하다'라는 끝마침의 의미가 있습니다.

Ⓐ **Hết phở bò rồi à?** 소고기 퍼 다 팔렸어요?

Ⓑ **Vâng, hôm nay bán hết rồi.** 네, 오늘 다 팔았어요.

○ '형용사 + nhất có thể'는 '가능한 한 형용사 하게'라는 의미로 형용사의 정도를 더 강조하기 위해 사용합니다.

Ⓐ **Anh ở đây mấy ngày?** 형은/오빠는 여기에 며칠 머물러요?

Ⓑ **Tôi muốn ở lâu nhất có thể.** 나는 가능한 한 오래 머무르고 싶어요.

08-04

1

ⓐ Hết Ⓐ phở bò rồi à?
소고기 퍼 다 팔렸어요?

ⓑ Vâng, hôm nay bán hết rồi.
네, 오늘 다 팔았어요.

Ⓐ

(1) giờ mở cửa

(2) áo màu hồng

(3) vé đi Đà Nẵng

2

ⓐ Anh Ⓐ ở đây mấy ngày?
형은/오빠는 여기에 며칠 머물러요?

ⓑ Tôi muốn Ⓑ ở lâu nhất có thể.
나는 가능한 오래 머무르고 싶어요.

	Ⓐ	Ⓑ
(1)	ăn mấy cái	ăn nhiều
(2)	mua áo cỡ bao nhiêu	mua cỡ to
(3)	gửi thế nào	gửi nhanh

 08-05

Ⓐ Đặt thêm một phòng đơn nữa, được không?

싱글룸 하나 더 예약 할 수 있을까요?

Ⓑ Dạ, được. Chị muốn thuê mấy ngày?

네, 가능해요. 며칠을 묵으시겠어요?

Ⓐ Tôi muốn ở 3 ngày 2 đêm.

2박 3일을 묵고 싶어요.

단어

thêm 더하다 | **nữa** 더

문법과 표현

○ 'thêm ~ nữa'는 '~를 더 추가하다'의 의미로 어떠한 것의 양을 늘리고자 할 때 쓰이며 종종 thêm 혹은 nữa를 생략하여 둘 중 하나만 쓰는 경우도 있습니다.

Ⓐ **Cho tôi thêm cái này nữa được không?** 이것 좀 더 줄 수 있을까요?

Ⓑ **Dạ, được chị ạ.** 네, 됩니다.

○ '~ ngày ~ đêm'은 '~박 ~일'로 여행일정이나 소요되는 기간을 표현할 때 주로 쓰입니다.

Ⓐ **Anh đi du lịch Việt Nam trong mấy ngày?**
형/오빠는 며칠간 베트남을 여행하나요?

Ⓑ **Anh đi du lịch trong 7 ngày 6 đêm.**
나는 6박 7일간 여행해.

 08–06

1

Ⓐ Cho tôi thêm Ⓐ <u>cái này</u> nữa được không?
이것 좀 더 줄 수 있을까요?

Ⓑ Dạ, được chị ạ.
네, 됩니다.

　　　　　　　Ⓐ

(1)　　　<u>thông tin</u>

(2)　　　<u>1 cốc cà phê</u>

(3)　　　<u>mấy ngày</u>

2

Ⓐ Anh đi du lịch Việt Nam trong mấy ngày?
형은/오빠는 며칠간 베트남을 여행하나요?

Ⓑ Anh đi du lịch trong Ⓐ <u>7 ngày 6 đêm</u>.
형은/오빠는 6박 7일간 여행해.

　　　　　　　Ⓐ

(1)　　　<u>4 ngày 3 đêm</u>

(2)　　　<u>4 ngày</u>

(3)　　　<u>1 tuần</u>

🎧 08-07

| Ha-na | Chào anh. Tôi muốn đặt một phòng đôi vào thứ tư tuần này. |
| Nhân viên khách sạn | Dạ, chị chờ một chút. Để em xem lịch đã. |

• • •

Nhân viên khách sạn	Xin lỗi chị, cả tuần này đều hết phòng rồi.
Ha-na	Tôi muốn thuê phòng vào ngày gần nhất có thể.
Nhân viên khách sạn	Thứ hai tuần sau có được không chị?
Ha-na	Cũng được, nhưng đặt thêm một phòng đơn nữa, được không?
Nhân viên khách sạn	Dạ, được. Chị muốn thuê mấy ngày?
Ha-na	Tôi muốn ở 3 ngày 2 đêm.

단어   phòng đơn 싱글 룸 | đêm 밤

| 하나 | 안녕하세요. 이번 주 수요일에 더블룸 하나를 예약하고 싶어요. |
| 호텔직원 | 네, 잠시만 기다려주세요. 우선 달력을 볼게요. |

• • •

호텔직원	죄송합니다만 이번 주는 모두 방이 찼어요.
하나	나는 가장 빠른 날짜에 방을 빌리고 싶어요.
호텔직원	다음 주 월요일 괜찮으세요?
하나	그것도 괜찮아요. 그런데 싱글룸 하나 더 예약할 수 있을까요?
호텔직원	네, 가능해요. 며칠을 묵으시겠어요?
하나	2박 3일을 묵고 싶어요.

회화연습 ①

 08–08

1 잘 듣고 소리 내어 따라해 보세요.

> ❶ Ⓐ Chào anh. Tôi muốn đặt một phòng đôi vào thứ tư tuần này.
>
> Ⓑ Dạ, chị chờ một chút. Để em xem lịch đã.
>
> ❷ Ⓐ Tôi muốn thuê phòng vào ngày gần nhất có thể.
>
> Ⓑ Thứ hai tuần sau có được không chị?
>
> ❸ Ⓐ Cũng được, nhưng đặt thêm một phòng đơn nữa, được không?
>
> Ⓑ Dạ, được.

2 한국어를 베트남어로 바꾸어 대화해 보세요.

> Ⓐ Chào anh. Tôi 더블룸 하나를 예약하고 싶어요 vào thứ tư tuần này.
>
> Ⓑ Dạ, chị chờ một chút. 달력을 우선 볼게요 .
> Xin lỗi chị, cả tuần này đều hết phòng rồi.
>
> Ⓐ Tôi muốn thuê phòng vào 최대한 빠른 날짜 .
>
> Ⓑ Thứ hai tuần sau có được không chị?
>
> Ⓐ Cũng được, nhưng đặt thêm một 싱글룸 nữa, được không?
>
> Ⓑ Dạ, được. Chị muốn thuê mấy ngày?
>
> Ⓐ Tôi muốn ở 2박 3일이요 .

08-09

3 다음의 글과 질문을 듣고 각각 맞는 답에 ✔표 하세요.

(1) ① (   )

② (   )

(2) ① (   )

② (   )

4 다음 질문을 듣고 대답을 해보세요.

(1)

➡ _____ .

(2)

➡ _____ .

(3)

➡ _____ .

○ 베트남의 여러 호텔

베트남에는 하노이(Hà Nội), 호찌민시(TP. Hồ Chí Minh), 다낭(Đà Nẵng), 후에(Huế), 사빠(Sa Pa)와 같은 여러 유명한 관광지가 있고 해마다 많은 관광객들이 그곳을 방문합니다. 그들은 베트남의 여러 유명 관광지를 여행하며 자신의 취향에 맞는 호텔들을 선택하고 투숙합니다. 때문에 베트남의 관광지들에는 여러 종류의 호텔들이 즐비해 있습니다. 그 중에는 유럽의 배낭여행객들이 자주 이용하는 값싸고 깨끗한 미니 호텔들도 있고 가족단위의 관광객들이 함께 투숙할 수 있는 풀 빌라 형태의 호텔 그리고 미국과 유럽의 유명 호텔에서 자본을 들여 만든 최고급 럭셔리 호텔 까지 다양한 형태의 호텔들이 있습니다. 그에 따른 가격 또한 천차만별로 주머니 사정이 넉넉지 않은 젊은 여행객들이 투숙하기에 부담스럽지 않은 가격부터, 하룻밤에 많은 돈을 지불해야하는 곳도 있습니다. 이와 같이 베트남의 전 지역에는 여러 종류의 호텔이 혼재하기 때문에, 각각의 여행지가 지닌 매력을 느껴보기엔 부족함이 없는 관광의 재미가 가득한 곳입니다.

Bài 9

Em thấy anh ấy là người như thế nào?

네가 보기에 그는 어떤 것 같아?

 09-01

Ⓐ Anh Son Heung-min làm gì mà đá bóng giỏi thế nhỉ?

손흥민은 뭐하는데 그렇게 축구를 잘하지?

Ⓑ Đúng rồi. Hôm nay, trông anh ấy có vẻ rất khoẻ.

맞아요. 오늘 그는 매우 건강해 보이던데요.

단어

trông 보이다 | có vẻ ~인 듯하다

문법과 표현

○ 'làm gì mà ~ thế'는 '뭐하는데 그렇게 ~해'라는 의미로 주로 어떠한 행위나 느낌을 강조하기 위해 쓰입니다.

Ⓐ Chị Mai làm gì mà xinh thế?

마이 언니/누나는 뭐하는데 그렇게 예뻐?

Ⓑ Ừ nhỉ.

응, 그러게.

○ 'trông + 명사 + (có vẻ) ~'는 '명사가 ~인 듯 보이다'라는 의미로, 바라보는 대상에 대한 느낌을 나타낼 때 사용합니다.

Ⓐ Chị trông em ấy thế nào?

누나/언니가 보기에 그 애 어때 보여요?

Ⓑ Chị trông em ấy có vẻ hơi buồn.

누나/언니가 보기에 그 애는 약간 슬퍼 보여.

문형연습 ①

🎧 09-02

1

Ⓐ Chị Mai làm gì mà Ⓐ xinh thế?
마이 언니/누나는 뭐하는데 그렇게 예뻐?

Ⓑ Ừ nhỉ.
응, 그러게.

Ⓐ

(1)　　　áo bẩn

(2)　　nhiều tiền

(3)　　đến sớm

2

Ⓐ Chị trông em ấy thế nào?
누나/언니가 보기에 그 애 어때 보여요?

Ⓑ Chị trông em ấy có vẻ Ⓐ hơi buồn.
누나/언니가 보기에 그 애는 약간 슬퍼 보여.

Ⓐ

(1)　　　chán lắm

(2)　　đang bị ốm

(3)　không thích việc này

Bài 9　Em thấy anh ấy là người như thế nào? 105

 09-03

Ⓐ Em cũng thích cầu thủ bóng đá Son Heung-min hả?

너 역시 축구선수 손흥민을 좋아하니?

Ⓑ Thích chứ ạ. Anh ấy rất giỏi, làm sao mà không thích được.

좋아하죠. 그는 매우 잘하는데 어떻게 좋아하지 않겠어요.

단어

cầu thủ 선수 | hả (친근감) ~니?

문법과 표현

○ 'hả'는 단독으로 쓰이거나 문장의 끝에서 친근감을 표현하며 질문할 때 쓰이는 의문사로 '~니?, 응?'라는 의미를 가지고 있습니다.

Ⓐ Bạn chưa làm bài tập hả?

너 아직 숙제 안했니?

Ⓑ Ừ, mình vẫn chưa làm.

응, 나 아직도 숙제 안했어.

○ 'làm sao mà ~ được'은 '어떻게 ~ 수 있겠어'라는 의미로 화자의 의도를 강조하기 위해 사용합니다.

Ⓐ Sao anh ăn ít thế?

형/오빠 왜 그렇게 조금 드세요?

Ⓑ Anh đau răng, làm sao mà ăn nhiều được.

형은/오빠는 이가 아픈데 어떻게 많이 먹을 수 있겠어.

🎧 09-04

1

Ⓐ Bạn Ⓐ <u>chưa làm bài tập</u> hả?
너 아직 숙제 안했니?

Ⓑ Ừ, mình Ⓑ <u>vẫn chưa làm</u>.
응, 나 아직도 숙제 안했어.

	Ⓐ	Ⓑ
(1)	<u>đang đọc sách</u>	<u>đang đọc sách về Việt Nam</u>
(2)	<u>không về nhà</u>	<u>không muốn về nhà</u>
(3)	<u>ăn cơm rồi</u>	<u>ăn nhanh lắm</u>

2

Ⓐ Sao anh ăn ít thế?
형/오빠 왜 그렇게 조금 드세요?

Ⓑ Anh Ⓐ <u>đau răng</u>, Ⓑ làm sao mà <u>ăn nhiều</u> được.
형은/오빠는 이가 아픈데 어떻게 많이 먹을 수 있겠어.

	Ⓐ	Ⓑ
(1)	<u>đau bụng lắm</u>	<u>ăn</u>
(2)	<u>phải giảm cân</u>	<u>ăn tiếp</u>
(3)	<u>thấy cay quá</u>	<u>ăn hết</u>

 09-05

Ⓐ Em thấy anh ấy là người như thế nào?

네가 보기에 그는 어떤 사람인 것 같아?

Ⓑ Em thấy ngoài việc chơi bóng đá giỏi ra, anh ấy còn rất khiêm tốn và lịch sự nữa.

제가 볼 땐 축구를 잘 하는 것 이외에도 그는 겸손하고 예의바른 사람이예요.

단어

khiêm tốn 겸손한 | lịch sự 예의바른

문법과 표현

○ 'ngoài ~ ra/ngoài ra '는 '~이외에'의 의미로 어떠한 것 이외에 부가적으로 어떠한 것이 더 있다는 것을 나타낼 때 쓰입니다.

Ⓐ Ngoài phở ra, chị còn muốn ăn gì nữa không?

쌀국수 이외에 무엇을 더 드시고 싶으신가요?

Ⓑ Không. Thế là được rồi.

아니요. 그거면 됐어요.

Ⓐ Bạn thấy Việt Nam thế nào?

베트남이 어때?

Ⓑ Việt Nam có nhiều địa điểm du lịch hấp dẫn như Sa Pa, Huế....
Ngoài ra, Việt Nam còn có rất nhiều món ăn đặc biệt.

베트남은 사빠, 후에와 같은 매력적인 여행지들이 많이 있어. 이외에도 아주 많은 특별한 음식들이 있어.

문형연습 3

1

Ⓐ Ngoài Ⓐ <u>phở</u> ra, chị còn Ⓑ <u>muốn ăn gì</u> nữa không?
쌀국수 이외에 무엇을 더 드시고 싶으신가요?

Ⓑ Không. Thế là được rồi.
아니요. 됐어요.

	Ⓐ	Ⓑ
(1)	<u>sách này</u>	<u>cần mượn sách gì</u>
(2)	<u>xem phim</u>	<u>muốn làm gì</u>
(3)	<u>đặt vé</u>	<u>cần gì</u>

2

Ⓐ Bạn thấy Việt Nam thế nào?
베트남이 어때?

Ⓑ Việt Nam có nhiều địa điểm du lịch hấp dẫn như Sa Pa, Huế...
Ngoài ra, Việt Nam còn có rất nhiều Ⓐ <u>món ăn đặc biệt</u>.
베트남은 사빠, 후에와 같은 매력적인 여행지들이 많이 있어. 이외에도 베트남은 아주 많은
특별한 음식들이 있어.

	Ⓐ
(1)	<u>di tích lịch sử</u>
(2)	<u>xe máy</u>
(3)	<u>phong cảnh đẹp</u>

🎧 09−07

Su-ho	Hôm nay, em có xem bóng đá không?
Thủy	Có, em xem rồi ạ.
Su-ho	Anh Son Heung-min làm gì mà đá bóng giỏi thế nhỉ?
Thủy	Đúng rồi. Hôm nay, trông anh ấy có vẻ rất khoẻ.
Su-ho	Em cũng thích cầu thủ bóng đá Son Heung-min hả?
Thủy	Thích chứ ạ. Anh ấy rất giỏi, làm sao mà không thích được.
Su-ho	Em thấy anh ấy là người như thế nào?
Thủy	Em thấy ngoài việc chơi bóng đá giỏi ra, anh ấy còn rất khiêm tốn và lịch sự nữa.

수호 오늘 너 축구경기 봤어?
투이 네, 봤어요.
수호 손흥민은 뭐하는데 그렇게 축구를 잘하지?
투이 오늘 그는 매우 건강해보이던데요.
수호 너도 축구선수 손흥민을 좋아하니?
투이 좋아하죠. 그는 매우 잘하는데 어떻게 좋아하지 않겠어요.
수호 네가 볼 때 그는 어떤 사람인 것 같아?
투이 제가 볼 땐 축구를 잘 하는 것 이외에도 그는 겸손하고 예의바른 사람 이예요.

회화연습 **1**

 09–08

1 잘 듣고 소리 내어 따라해 보세요.

> **1** Ⓐ Anh Son Heung-min làm gì mà đá bóng giỏi thế nhỉ?
>
> Ⓑ Hôm nay, trông anh ấy có vẻ rất khoẻ.
>
> **2** Ⓐ Em cũng thích cầu thủ bóng đá Son Heung-min hả?
>
> Ⓑ Thích chứ ạ. Anh ấy rất giỏi, làm sao mà không thích được.
>
> **3** Ⓐ Em thấy anh ấy là người như thế nào?
>
> Ⓑ Em thấy ngoài việc chơi bóng đá giỏi ra, anh ấy còn rất khiêm tốn và lịch sự nữa.

2 한국어를 베트남어로 바꾸어 대화해 보세요.

> Ⓐ Hôm nay em có xem bóng đá không?
>
> Ⓑ Có, em xem rồi ạ.
>
> Ⓐ Anh Son Heung-min 뭐하는데 그렇게 축구를 잘하지 ?
>
> Ⓑ Đúng rồi. Hôm nay, 그는 매우 건강해보이던데요 .
>
> Ⓐ Em cũng thích cầu thủ bóng đá Son Heung-min hả?
>
> Ⓑ Thích chứ ạ. Anh ấy rất giỏi, 어떻게 좋아하지 않겠어요 .
>
> Ⓐ Em thấy anh ấy là người như thế nào?
>
> Ⓑ Em thấy 축구를 잘하는 것 이외에도 , anh ấy còn rất khiêm tốn và lịch sự nữa.

회화연습 2

3 다음의 글과 질문을 듣고 각각 맞는 답에 ✔표 하세요.

(1) ① (   )

   ② (   )

(2) ① (   )

   ② (   )

4 다음 질문을 듣고 대답을 해보세요.

(1)

➡ _____.

(2)

➡ _____.

(3)

➡ _____.

○ 베트남의 축구사랑

　　베트남은 축구에 관심이 많고 축구를 즐기는 나라입니다. 베트남 사람들은 남녀노소 누구나 다 축구 보는 것을 즐기기 때문에 동네 곳곳의 카페에서 삼삼오오 모여 축구를 관람하는 베트남사람들을 볼 수 있습니다. 그리고 날씨가 좋은 날이면 어김없이 길가로 나온 어린 소년들이 뜨거운 더위에도 아랑곳 하지 않고 큰 공터에 모여 공을 차기도 합니다. 근래에 베트남은 한국의 박항서 감독이 이끄는 베트남 축구 국가대표팀의 활약으로 거리 곳곳에서 국가대표를 열렬히 응원하는 베트남 국민들의 모습이 한국의 미디어에 종종 소개되기도 하였습니다. 이러한 베트남 사람들의 열정과 축구 사랑은 박항서 감독

에 대한 사랑으로도 이어져 한국에 대한 긍정적인 효과를 가져오기도 하였습니다. 향후 베트남의 축구는 상당히 기대해 볼 만한 성장이 예상됩니다.

Bài 10

Tôi muốn đổi đô la Mĩ sang tiền Việt Nam.

미화를 베트남 돈으로 바꾸고 싶어요.

1. 환전 관련 표현을 알고 활용할 수 있다.

2. 환율 묻고 답하기 표현을 알고 활용할 수 있다.

3. 시도 권유 표현을 알고 활용할 수 있다.

핵심 회화 ①

Ⓐ Tôi có thể giúp gì cho chị?

무엇을 도와 드릴까요?

Ⓑ Tôi muốn đổi đô la Mĩ sang tiền Việt Nam.

나는 미화를 베트남 돈으로 바꾸고 싶어요.

단어

đổi 바꾸다 | đô la 달러 | Mĩ 미국 | sang ~(으)로 | tiền 돈

문법과 표현

○ 'đổi + A + sang + B'는 'A를 B로 바꾸다'라는 의미를 나타냅니다. 환전할 때는, 가지고 있는 화폐를 A에, 바꾸려고 하는 화폐를 B에 넣어 표현합니다.

Ⓐ Tôi có thể giúp gì cho anh?

무엇을 도와 드릴까요?

Ⓑ Tôi muốn đổi tiền Việt Nam sang đô la Mĩ.

나는 베트남 돈을 미화로 바꾸고 싶어요.

○ 이 밖에도 베트남어에는 'A를 B로 바꾸다'에 해당하는 또 다른 표현 'đổi + A + bằng + B'가 있는데, A와 B가 서로 다른 종류나 성질일 경우에 사용할 수 있습니다.

Ⓐ Chị ơi, tôi vừa mua cái áo này ở đây nhưng tôi muốn đổi sang cái to hơn. 저기요, 내가 방금 여기에서 이 옷을 샀는데 더 큰 것으로 바꾸고 싶어요.

Ⓑ Xin lỗi chị. Đây là cỡ to nhất.

죄송합니다. 이게 가장 큰 사이즈예요.

Ⓐ Thế à? Vậy tôi đổi cái áo này bằng cái váy kia có được không?

그래요? 그럼 이 옷을 저 치마로 바꿔도 될까요?

1

Ⓐ Tôi có thể giúp gì cho anh?
무엇을 도와 드릴까요?

Ⓑ Tôi muốn đổi Ⓐ tiền Việt Nam sang Ⓑ đô la Mĩ.
나는 베트남 돈을 미화로 바꾸고 싶어요.

	Ⓐ	Ⓑ
(1)	đô la Mĩ	tiền Hàn Quốc
(2)	tiền Hàn Quốc	tiền Việt Nam
(3)	tiền Hàn Quốc	đô la Mĩ

2

Ⓐ Vậy tôi đổi Ⓐ cái áo này bằng Ⓑ cái váy kia có được không?
이 옷을 저 치마로 바꿔도 될까요?

Ⓑ Vâng, được ạ.
네, 됩니다.

	Ⓐ	Ⓑ
(1)	cái quần này	cái áo kia
(2)	cái mũ này	cái nón kia
(3)	quyển từ điển này	quyển tiểu thuyết kia

핵심 회화 2

Ⓐ **Tỉ giá hôm nay bao nhiêu?**
오늘 환율이 얼마예요?

Ⓑ **1 đô la bằng 23.100 đồng.**
1달러에 23,100동입니다.

단어

tỉ giá 환율 | **đồng** 동(베트남 화폐 단위)

문법과 표현

○ 환율을 물을 때는 '얼마나'에 해당하는 'bao nhiêu'나 '어떻게, 어때요'에 해당하는 'thế nào'를 사용하여 표현합니다.

- **Tỉ giá hôm nay bao nhiêu?**
  오늘 환율이 얼마예요?

- **Hôm nay, tỉ giá thế nào?**
  오늘은 환율이 어떻게 돼요?

○ 환율을 답할 때는 bằng(만큼), là(~이다) 또는 'đổi được'(바꿀 수 있다)을 사용하여 표현합니다.

- **1 đô la bằng 23.100 đồng.**
  1달러는 23,100동입니다.

- **1 đô la là 23.100 đồng.**
  1달러는 23,100동입니다.

- **1 đô la đổi được 23.100 đồng.**
  1달러는 23,100동으로 바꿀 수 있습니다.

문형연습 ②

🎧 10-04

1

Ⓐ Ⓐ _____

Ⓑ **1 đô la bằng 23.100 đồng.**
1달러에 23,100동입니다.

Ⓐ

(1) Hôm nay tỉ giá thế nào?

(2) Tỉ giá hôm nay bao nhiêu?

(3) Tôi muốn biết tỉ giá hôm nay.

2

Ⓐ **Tỉ giá hôm nay bao nhiêu?**
오늘 환율이 얼마예요?

Ⓑ **1 đô la** Ⓐ _____ **23.100 đồng.**
1달러에 23,100동입니다.

Ⓐ

(1) là

(2) bằng

(3) đổi được

핵심 회화 ③

10-05

Ⓐ Chị kiểm tra số tiền xem.

금액을 확인해 보세요.

Ⓑ Vâng, đủ rồi.

네, 맞습니다(충분합니다).

단어

kiểm tra 검사하다, 확인하다 | số tiền 금액 | đủ 충분하다

문법과 표현

○ '동사 + xem'은 보통 상대방에게 어떤 것을 해보라고 제안하거나 권유할 때 사용하는 표현으로, '~해 봐(요), ~해 보세요'의 의미를 나타냅니다. '동사 + thử xem'이나 '+ 동사 + xem'으로도 말할 수 있습니다.

Ⓐ Em nhớ lại xem.(= Em nhớ lại thử xem / Em thử nhớ lại xem)

다시 떠올려 봐.

Ⓑ Vâng.

네.

○ '형용사 + rồi'는 어떠한 성질이나 상태가 분명히 그러해졌음을 강조할 때 사용합니다.

Ⓐ Bạn ăn đủ chưa?

너 충분히 먹었어?

Ⓑ Ừ, mình no rồi.

응, 배불러.

🎧 10-06

1

Ⓐ Em Ⓐ <u>nhớ lại</u> xem.
다시 떠올려 봐.

Ⓑ Vâng.
네.

Ⓐ

(1) <u>nghe bài hát này</u>

(2) <u>ăn món kia</u>

(3) <u>đội cái mũ đó</u>

2

Ⓐ Bạn Ⓐ <u>ăn đủ</u> chưa?
너 충분히 먹었어?

Ⓑ Ừ, Ⓑ <u>mình no</u> rồi.
응, 배불러.

Ⓐ	Ⓑ
(1) <u>đã hiểu</u> chưa	<u>mình rõ</u>
(2) <u>là con út phải không</u>	<u>đúng</u>
(3) <u>cũng đi chứ</u>	<u>tất nhiên</u>

🎧 10–07

Nhân viên ngân hàng	Tôi có thể giúp gì cho chị?
So-mi	Tôi muốn đổi đô la Mĩ sang tiền Việt Nam. Tỉ giá hôm nay bao nhiêu?
Nhân viên ngân hàng	1 đô la bằng 23.100 đồng. Chị muốn đổi bao nhiêu?
So-mi	Anh đổi giúp tôi 300 đô la nhé.
Nhân viên ngân hàng	Vâng. Chị cần loại tiền gì?
So-mi	Cho tôi 10 tờ 500 nghìn, còn lại là tờ 100 nghìn nhé.
Nhân viên ngân hàng	Vâng. Chị chờ một chút.

Một lúc sau

Nhân viên ngân hàng	Tiền của chị đây. Chị kiểm tra số tiền xem.
So-mi	Vâng, đủ rồi. Cảm ơn anh.

단어 ngân hàng 은행 | loại 종류

은행 직원	무엇을 도와 드릴까요?
소미	미화를 베트남 돈으로 바꾸고 싶어요. 오늘 환율이 얼마예요?
은행 직원	1달러에 23,100동입니다.
소미	300달러를 바꿔 주세요.
은행 직원	네. 무슨 종류의 돈이(얼마짜리가) 필요하세요?
소미	50만 동짜리 10장과 나머지는 10만 동으로 주세요.
은행 직원	네. 잠시만 기다리세요.

잠시 후

은행 직원	돈 여기 있습니다. 금액을 확인해 보세요.
소미	네, 맞습니다(충분합니다). 감사합니다.

1 잘 듣고 소리 내어 따라해 보세요.

> ❶ Ⓐ Tôi có thể giúp gì cho chị?
>
> Ⓑ Tôi muốn đổi đô la Mĩ sang tiền Việt Nam.
>
> ❷ Ⓐ Tỉ giá hôm nay bao nhiêu?
>
> Ⓑ 1 đô la bằng 23.100 đồng.
>
> ❸ Ⓐ Chị kiểm tra số tiền xem.
>
> Ⓑ Vâng, đủ rồi. Cảm ơn anh.

2 한국어를 베트남어로 바꾸어 대화해 보세요.

> Nhân viên ngân hàng Tôi có thể giúp gì cho chị?
>
> So-mi Tôi 미화를 베트남 돈으로 바꾸고 싶어요. 오늘 환율이 얼마예요 ?
>
> Nhân viên ngân hàng 1달러에 23,100동입니다 .
>
> So-mi Anh đổi giúp tôi 300 đô la nhé.
>
> Nhân viên ngân hàng Vâng. Chị cần loại tiền gì?
>
> So-mi Cho tôi 10 tờ 500 nghìn, còn lại là tờ 100 nghìn nhé.
>
> Nhân viên ngân hàng Vâng. Chị chờ một chút.
>
> Một lúc sau
>
> Nhân viên ngân hàng Tiền của chị đây. Chị 금액을 확인해 보세요 .
>
> So-mi Vâng, 맞습니다(충분합니다) . Cảm ơn anh.

🎧 10-09

3 다음의 글과 질문을 듣고 각각 맞는 답에 ✔표 하세요.

(1)　① (　　　　　)

　　　② (　　　　　)

(2)　① (　　　　　)

　　　② (　　　　　)

4 다음 질문을 듣고 대답을 해보세요.

(1)

➡ _____.

(2)

➡ _____.

(3)

➡ _____.

○ 베트남의 은행

　베트남의 은행은 크게 중앙은행인 베트남국가은행(Ngân hàng Nhà nước Việt Nam)과 상업은행으로 나눌 수 있습니다. 베트남국가은행은 지폐 발행, 통화 안정, 금융 감독 등 베트남의 통화 및 금융 시스템을 전반적으로 관리하는 역할을 수행합니다. 상업 은행은 현재 베트남 전체 은행 시장의 대부분을 차지하고 있는 상황이며, 국영은행, 민영상업은행, 합작은행, 외국계 은행 등의 다양한 형태로 설립되어 있습니다. 한국의 은행 중에는 신한은행이 1993년에 처음으로 베트남 시장에 진출하여 현재는 베트남에 법인을 설립하였고, 지점과 사무소 형태로 진출해 있는 한국의 몇몇 다른 시중 은행들 역시 영업 영역을 넓히며 사업 기반을 확대해 나가고 있습니다.

Bài 11

Tôi muốn gửi bưu phẩm này đến Hàn Quốc.

나는 이 소포를 한국으로 보내고 싶어요.

학습목표

1. 우편 업무 관련 표현을 알고 활용할 수 있다.

2. 소요 시간 관련 표현을 알고 활용할 수 있다.

3. 시간적 연결 관계를 나타내는 'A rồi B' 표현을 알고 활용할 수 있다.

핵심 회화 ①

 11-01

Ⓐ **Chào anh. Anh cần gì?**
안녕하세요. 무엇이 필요하세요?

Ⓑ **Chào chị. Tôi muốn gửi bưu phẩm này đến Hàn Quốc.**
안녕하세요. 나는 이 소포를 한국으로 보내고 싶어요.

단어

gửi 보내다 | bưu phẩm 소포

문법과 표현

○ 'gửi + A + đến + B'는 'A를 B로 보내다', 'A를 B에 보내다'의 의미를 나타냅니다. B에는 보통 장소를 나타내는 말을 씁니다.

Ⓐ **Chào anh. Anh cần gì ạ?**
안녕하세요. 무엇이 필요하세요?

Ⓑ **Tôi muốn gửi lá thư này đến Úc.**
나는 이 편지를 호주에 보내고 싶어요.

○ 'gửi + A + đến + B'는 보내는 사람과 장소 B의 위치에 따라 đến 대신에 về, ra, vào 등을 넣어 말할 수 있습니다. 예를 들어, 베트남에 있는 한국 사람이 고향인 한국으로 물건을 보낼 때는 'gửi + A + về + B'로, 하노이에 있는 사람이 호찌민시로 물건을 보낼 때는 'gửi + A + vào + B' 로 표현할 수 있습니다.

Ⓐ **Anh đi đâu đấy?**
형/오빠 어디 가요?

Ⓑ **Anh đi gửi lá thư này vào TP. Hồ Chí Minh.**
나는 이 편지를 호찌민시에 부치러 가.

128

🎧 11-02

1

Ⓐ Chào anh. Anh cần gì ạ?
안녕하세요. 무엇이 필요하세요?

Ⓑ Tôi muốn gửi Ⓐ lá thư này đến Ⓑ Hàn Quốc.
나는 이 편지를 한국으로 보내고 싶어요.

	Ⓐ	Ⓑ
(1)	bưu phẩm	Úc
(2)	bưu phẩm	Trung Quốc
(3)	lá thư	công ti ABC

2

Ⓐ Anh đi đâu đấy?
형/오빠 어디 가요?

Ⓑ Anh đi gửi Ⓐ lá thư này Ⓑ vào TP. Hồ Chí Minh.
나는 이 편지를 호찌민시에 부치러 가.

	Ⓐ	Ⓑ
(1)	bưu phẩm	ra Hà Nội
(2)	bưu phẩm	vào TP. Hồ Chí Minh
(3)	lá thư	về Hàn Quốc

 11-03

Ⓐ **Gửi thế nào cũng được. Gửi nhanh thì mất bao lâu?**
어떻게 보내도 괜찮습니다. 빠른 우편으로 보내면 얼마나 걸려요?

Ⓑ **Mất khoảng 3 ngày.**
3일 정도 걸려요.

단어

gửi nhanh 빠른 우편으로 보내다 | mất 걸리다, 잃다 | bao lâu 얼마나 오래

문법과 표현

○ '동사 + thế nào cũng được'은 일이나 행동이 이루어지는 방식이 어떠해도 상관없음을 나타내는 표현으로, "어떻게 ~해도 좋다/괜찮다"의 의미를 가집니다.

Ⓐ **Chúng ta đi xe máy hay taxi?** 우리 오토바이로 갈까, 택시로 갈까?
Ⓑ **Đi thế nào cũng được.** 어떻게 가도 괜찮아.

○ 'mất bao lâu?'는 소요 시간 또는 소요 기간을 물을 때 사용하는 표현으로 '얼마나 걸려요?'의 의미를 나타냅니다.

Ⓐ **Đi bằng máy bay thì mất bao lâu?**
비행기로 가면 얼마나 걸려?

Ⓑ **Mất khoảng 1 tiếng.**
1시간 정도 걸려.

★ **알아두면 유용해요!!**

bao lâu 대신에 mấy/bao nhiêu와 함께 일(日)이나 시간 등의 구체적인 소요 시간/기간을 써서 표현할 수도 있어요.

예 **Gửi nhanh thì mất bao nhiêu ngày?**
빠른 우편으로 보내면 며칠 걸려요?

Đi bằng máy bay thì mất mấy tiếng?
비행기로 가면 몇 시간 걸려요?

1

🅐 Ⓐ Chúng ta đi xe máy hay taxi?
우리 오토바이로 갈까, 택시로 갈까?

🅑 Ⓑ Đi thế nào cũng được.
어떻게 가도 괜찮아.

	Ⓐ	Ⓑ
(1)	Mua quà trước hay ăn cơm trước	Làm
(2)	Mình phải nhảy như thế nào	Nhảy
(3)	Tớ phải nói thế nào	Nói

2

🅐 Ⓐ Đi bằng máy bay thì mất Ⓑ bao lâu?
비행기로 가면 얼마나 걸려?

🅑 Mất khoảng Ⓒ 1 tiếng.
1시간 정도 걸려.

	Ⓐ	Ⓑ	Ⓒ
(1)	Cậu đi bộ đến trường	bao nhiêu phút	15 phút
(2)	Từ đây đến Huế đi bằng xe buýt	mấy tiếng	7 tiếng
(3)	Gửi thường	bao nhiêu ngày	10 ngày

 11-05

Ⓐ **Anh ghi rõ địa chỉ của người gửi, người nhận và loại hàng hoá rồi kí tên vào đây.**

여기에 받는 사람과 보내는 사람의 주소, 물건의 종류를 정확하게 쓰고 나서 서명하세요.

Ⓑ **Vâng. Tôi viết xong rồi.**

네. 다 썼습니다.

단어

ghi 적다, 기록하다 | rõ 확실하다, 분명하다 | hàng hoá 물건, 물품 | kí 서명하다

문법과 표현

○ 'A + rồi + B'는 'A하고 나서 B하다'의 의미를 나타냅니다.

Ⓐ **Xin lỗi anh, gần đây có bưu điện nào không ạ?**
실례지만, 근처에 우체국이 있나요?

Ⓑ **Em đi thẳng 100 mét nữa rồi rẽ phải thì sẽ thấy bưu điện.**
100미터 더 직진하고 나서 우회전하면 우체국이 보일 거야.

○ '동사 + xong'은 '~하는 것을 끝내다/마치다, 다 ~하다'의 의미를 나타냅니다.

Ⓐ **Em ăn xong chưa?**
너 다 먹었니?(너 먹는 거 끝났니?)

Ⓑ **Dạ, em vừa ăn xong rồi.**
네, 저는 방금 다 먹었어요.

> ⭐ **알아두면 유용해요!!**
> ăn hết도 '다 먹다'의 의미예요. 하지만 차이가 있어요. ăn hết은 음식을 '남김없이 다 먹다'이고, ăn xong은 음식이 남았어도 먹는 행위가 끝나서 '다 먹었다'라는 의미가 있어요.

132

🎧 11-06

1

Ⓐ Em Ⓐ <u>đi thẳng 100 mét nữa rồi</u> Ⓑ <u>rẽ phải thì sẽ thấy bưu điện.</u>
100미터 더 직진하고서 우회전하면 우체국이 보일 거야.

Ⓑ Vâng.
네.

	Ⓐ	Ⓑ
(1)	đi theo đường này	rẽ trái thì sẽ thấy ngân hàng
(2)	học xong	hãy đi chơi
(3)	mua hoa quả xong	đi mua thịt nhé

2

Ⓐ Em Ⓐ <u>ăn xong</u> chưa?
너 다 먹었니?

Ⓑ Dạ, em vừa Ⓐ <u>ăn xong</u> rồi.
네. 저는 방금 다 먹었어요.

	Ⓐ
(1)	làm việc
(2)	nấu
(3)	làm bài tập

Bài 11 Tôi muốn gửi bưu phẩm này đến Hàn Quốc. 133

🎧 11-07

Tuấn	Chào chị. Tôi muốn gửi bưu phẩm này đến Hàn Quốc.
Nhân viên bưu điện	Trong bưu phẩm này có những thứ gì?
Tuấn	Có áo dài và mấy quyển sách.
Nhân viên bưu điện	Anh muốn gửi nhanh hay gửi thường?
Tuấn	Gửi thế nào cũng được. Gửi nhanh thì mất bao lâu?
Nhân viên bưu điện	Mất khoảng 3 ngày.
Tuấn	Vậy cho tôi gửi nhanh.
Nhân viên bưu điện	Anh ghi rõ địa chỉ của người gửi, người nhận và loại hàng hoá rồi kí tên vào đây.
Tuấn	Vâng. Tôi viết xong rồi.

 단어 gửi thường 일반 우편으로 보내다 | thứ 물건

뚜언	안녕하세요. 이 소포를 한국으로 보내고 싶어요.
우체국 직원	이 소포 안에 무슨 물건들이 있어요?
뚜언	아오자이와 책 몇 권이 있어요.
우체국 직원	빠른 우편으로 보내고 싶어요, 일반 우편으로 보내고 싶어요?
뚜언	어떻게 보내도 괜찮습니다. 빠른 우편으로 보내면 얼마나 걸려요?
우체국 직원	3일 정도 걸려요.
뚜언	그럼 빠른 우편으로 보내주세요.
우체국 직원	여기에 받는 사람과 보내는 사람의 주소, 물건의 종류를 정확하게 적고 나서 서명하세요.
뚜언	네. 다 썼습니다.

1 잘 듣고 소리 내어 따라해 보세요.

---

❶ Ⓐ Chào anh. Anh cần gì?

Ⓑ Chào chị. Tôi muốn gửi bưu phẩm này đến Hàn Quốc.

❷ Ⓐ Anh muốn gửi nhanh hay gửi thường?

Ⓑ Gửi thế nào cũng được.

❸ Ⓐ Gửi nhanh thì mất bao lâu?

Ⓑ Mất khoảng 3 ngày.

---

2 한국어를 베트남어로 바꾸어 대화해 보세요.

Tuấn	Chào chị. Tôi 이 소포를 한국으로 보내고 싶어요 .
Nhân viên bưu điện	Trong bưu phẩm này có những thứ gì?
Tuấn	Có áo dài và mấy quyển sách.
Nhân viên bưu điện	Anh muốn gửi nhanh hay gửi thường?
Tuấn	어떻게 보내도 괜찮습니다 . Gửi nhanh thì 얼마나 걸려요 ?
Nhân viên bưu điện	Mất khoảng 3 ngày.
Tuấn	Vậy cho tôi gửi nhanh.
Nhân viên bưu điện	Anh 받는 사람과 보내는 사람의 주소, 물건의 종류를 정확하게 적고 나서 서명하세요 vào đây.
Tuấn	Vâng. Tôi 다 썼습니다(쓰는 것을 마쳤습니다) .

회화연습 2

11-09

3 다음의 글과 질문을 듣고 각각 맞는 답에 ✓표 하세요.

(1) ① (   )

   ② (   )

(2) ① (   )

   ② (   )

4 다음 질문을 듣고 대답을 해보세요.

(1)

➡ _____.

(2)

➡ _____.

(3)

➡ _____.

○ 베트남의 우체국

　　베트남 거리를 지나가다 보면 우체국을 많이 볼 수 있습니다. 베트남어로 우체국은 'bưu điện'으로, 'bưu'는 '우편', 'điện'은 '전기'를 뜻합니다. 베트남에는 전화국이 따로 없고, 우체국에서 전화국의 업무도 함께 진행합니다. 빠른 우편으로 보내고 싶을 때는 EMS 서비스를 이용합니다.

Bài 12

Anh thấy đỡ đau hơn chưa?

통증이 좀 덜한가요?

1. 상태의 변화를 나타내는 표현을 알고 활용할 수 있다.
2. 'không ~ đâu' 표현을 알고 활용할 수 있다.
3. khi nào의 용법을 알고 활용할 수 있다.

 12-01

Ⓐ Anh thấy đỡ đau hơn chưa?

통증이 좀 덜한가요?

Ⓑ Hôm nay, tôi không còn đau nữa và thấy khoẻ ra nhiều.

오늘은 더 아프지는 않고 많이 좋아진 것 같아요.

단어

đỡ 덜하다 | đau 아프다

문법과 표현

○ 'đỡ + 형용사'는 '덜 ~하다, ~한 것이 덜하다'의 의미를 나타냅니다.

Ⓐ Hôm nay, em thấy thế nào? 오늘은 좀 어때?

Ⓑ Em đỡ mệt rồi ạ. 덜 피곤해요.

○ '형용사 + ra / lên / đi / lại'는 상태나 성질의 변화를 나타내는 표현으로 '~해지다'의 의미를 가집니다. ra와 lên은 긍정적인 변화, 증가, 발전의 의미를 나타내며, đi와 lại는 부정적인 변화, 감소, 쇠퇴의 의미를 나타냅니다.

Ⓐ Cháu Lan vẫn gầy à? 란은 여전히 말랐어?

Ⓑ Không, cháu Lan béo lên nhiều rồi. 아니, 살이 많이 쪘어.

- Chị ấy đẹp ra nhiều. 그녀는 많이 예뻐졌다.

- Bố em ngày càng yếu đi. 제 아버지는 갈수록 약해지세요.

- Sau khi giặt, cái áo này đã bị nhỏ lại một chút rồi.
  이 옷은 세탁한 후에 조금 작아졌다.

문형연습 ①

🎧 12-02

1

Ⓐ Hôm nay, Ⓐ em thấy thế nào?
오늘은 좀 어때?

Ⓑ Ⓑ Em đỡ mệt rồi ạ.
덜 피곤해요.

	Ⓐ	Ⓑ
(1)	chị thấy thế nào	Tôi đỡ đau hơn
(2)	cháu Linh vẫn sốt cao à	Cháu Linh đỡ sốt rồi
(3)	trời vẫn nóng lắm à	Trời đỡ nóng hơn hôm qua

2

Ⓐ Ⓐ Cháu Lan vẫn gầy à?
란은 여전히 말랐어?

Ⓑ Không, Ⓑ cháu Lan béo lên nhiều rồi.
아니, 살이 많이 쪘어.

	Ⓐ	Ⓑ
(1)	Phòng vẫn tối à	sáng lên
(2)	Mẹ em vẫn khoẻ chứ	mẹ em yếu đi nhiều
(3)	Tóc của chị ấy vẫn ngắn à	dài ra

 12-03

Ⓐ Từ ngày mai tôi có thể đi làm được không ạ?
내일부터 내가 출근할 수 있나요?

Ⓑ Ồ, chưa được đâu!
오, 아직 안 되는데요!

단어

đi làm 출근하다 | được 되다

문법과 표현

○ 'có thể + 동사 + được'은 '~할 수 있다'의 의미로, 가능을 나타냅니다. có thể를 생략하고 '동사 + được'만 써도 '~할 수 있다'의 의미가 됩니다.

> ★ **알아두면 유용해요!!**
>
> 부정형 '~할 수 없다'는 'không + 동사 + được' 또는 'không thể + 동사 + (được)'으로 표현해요.
>
> 예 Tôi không nói được tiếng Anh.
> Tôi không thể nói (được) tiếng Anh.
> 나는 영어를 말할 수 없어요.

　　Ⓐ Anh nói được tiếng Anh không?
　　　영어를 말할 수 있나요?

　　Ⓑ Được. Tôi có thể nói được tiếng Anh.　네. 나는 영어를 말할 수 있어요.

○ 'không/chưa ~ đâu'는 부정적인 의미의 내용을 상대방에게 전달하면서 강조하는 부정 강조 표현이 됩니다.

> 자신의 상태를 혼자 말하고 있는 느낌이에요. 상대방에게 자신이 피곤하지 않은 상태임을 전달하는 느낌이 없어요.

　　Ⓐ Các bạn có mệt không? 너희들 피곤해?

　　Ⓑ Mình không mệt. 나는 피곤하지 않아.

　　Ⓒ Mình không mệt đâu. 나는 전혀 피곤하지 않은데.

> 상대방에게 자신이 피곤하지 않은 상태임을 이해하도록 전달하면서 강조하는 느낌이 있어요.

문형연습 **2**

🎧 12-04

1

Ⓐ Anh Ⓐ <u>nói được</u> Ⓑ <u>tiếng Anh</u> không?
영어를 말할 수 있나요?

Ⓑ❶ Tôi có thể Ⓐ <u>nói được</u> Ⓑ <u>tiếng Anh</u>.
나는 영어를 말할 수 있어요.

Ⓑ❷ Tôi không thể Ⓐ <u>nói được</u> Ⓑ <u>tiếng Anh</u>.
나는 영어를 말할 수 없어요.

	Ⓐ	Ⓑ
(1)	<u>dịch</u>	<u>bài này</u>
(2)	<u>hiểu</u>	<u>câu tiếng Việt này</u>
(3)	<u>làm</u>	<u>việc ấy</u>

2

Ⓐ Ⓐ <u>Các bạn có mệt không?</u>
너희들 피곤해?

Ⓑ Ⓑ <u>Mình không mệt đâu.</u>
나는 전혀 피곤하지 않은데.

	Ⓐ	Ⓑ
(1)	<u>Chị có biết anh ấy không</u>	<u>Tôi không biết</u>
(2)	<u>Cậu gọi điện cho cô Lan chưa?</u>	<u>Tớ chưa gọi</u>
(3)	<u>Bạn ấy có phải là người Việt không?</u>	<u>Bạn ấy không phải là người Việt</u>

 12-05

Ⓐ **Khi nào tôi mới ra viện được?**

언제 비로소 퇴원할 수 있나요?

Ⓑ **Anh phải điều trị viêm một vài ngày nữa. Khi nào anh ra viện được thì tôi sẽ báo.**

염증 치료를 며칠 더 해야 해요. 언제 퇴원할 수 있을 때 알려드릴게요.

단어

mới 비로소 | ra viện 퇴원하다 | điều trị 치료하다 | viêm 염증 | một vài 몇몇 | báo 알리다

문법과 표현

○ 'mới + 동사'는 '비로소 ~하다'의 의미를 나타내는 표현입니다.

Ⓐ **Khi nào em mới hiểu được nghĩa của câu này?**

저는 언제 비로소 이 문장의 의미를 이해할 수 있을까요?

Ⓑ **Em phải học thêm nhiều mới hiểu được.**

공부를 더 많이 해야 비로소 이해할 수 있어.

○ khi nào는 의문문에서 '언제?'의 의미로도 쓰이지만, 정확하지 않은 어떤 시점 또는 정확하게 말하고 싶지 않은 어떤 시점을 나타내는 '언제'의 의미로도 쓰입니다.

Ⓐ **Khi nào có thời gian, chúng ta đi du lịch Sa Pa nhé.**

언제 시간 될 때, 우리 사빠에 여행 가자.

Ⓑ **Ừ.**

그래.

 ★ 알아두면 유용해요!!

khi nào 외에, lúc nào와 bao giờ도 '언제'의 의미로 사용됩니다.

144

 12-06

1

Ⓐ Khi nào Ⓐ em mới hiểu được nghĩa của câu này?
저는 이 문장의 의미를 언제 이해할 수 있을까요?

Ⓑ Ⓑ Em phải học thêm nhiều mới hiểu được.
공부를 더 많이 해야 비로소 이해할 수 있어.

	Ⓐ	Ⓑ
(1)	anh ấy về Hà Nội	Ngày mai anh ấy mới về
(2)	tôi mới nói tiếng Việt giỏi	Chị phải tập nói nhiều thì mới nói giỏi
(3)	con được xem ti vi	Con học xong mới được xem ti vi

2

Ⓐ Khi nào Ⓐ có thời gian, Ⓑ chúng ta đi du lịch Sa Pa nhé.
언제 시간 될 때, 우리 사빠에 여행 가자.

Ⓑ Ừ.
그래.

	Ⓐ	Ⓑ
(1)	bạn đi Việt Nam	bạn mua giúp mình cái áo dài
(2)	chị rỗi	chị đến nhà em chơi
(3)	đi gặp thầy Sơn	cậu báo cho tớ

 12-07

Bác sĩ   Anh thấy đỡ đau hơn chưa?

Se-ho   Hôm nay, tôi không còn đau nữa và thấy khoẻ ra nhiều. Từ ngày mai tôi có thể đi làm được không ạ?

Bác sĩ   Ồ, chưa được đâu! Anh bị viêm gan nặng mà.

Se-ho   Vậy khi nào tôi mới ra viện được?

Bác sĩ   Anh phải điều trị viêm một vài ngày nữa. Khi nào anh ra viện được thì tôi sẽ báo.

Se-ho   Vâng, cảm ơn bác sĩ ạ.

단어   **gan** 간 | **nặng** 심하다, 무겁다

의사 통증이 좀 덜한가요?
세호   오늘은 더 아프지는 않고 많이 좋아진 것 같아요. 내일부터 출근할 수 있나요?
의사 오, 아직 안 되는데요! 간 염증이 심하시잖아요.
세호 그럼 언제 비로소 퇴원할 수 있나요?
의사 염증 치료를 며칠 더 해야 해요. 언제 퇴원할 수 있을 때 알려 드릴게요.
세호   네, 감사합니다, 의사 선생님.

1 잘 듣고 소리 내어 따라해 보세요.

> **1** Ⓐ Anh thấy đỡ đau hơn chưa?
>
> Ⓑ Hôm nay, tôi không còn đau nữa và thấy khoẻ ra nhiều.
>
> **2** Ⓐ Từ ngày mai tôi có thể đi làm được không ạ?
>
> Ⓑ Ồ, chưa được đâu!
>
> **3** Ⓐ Vậy khi nào tôi mới ra viện được?
>
> Ⓑ Anh phải điều trị viêm một vài ngày nữa. Khi nào anh ra viện được thì tôi sẽ báo.

2 한국어를 베트남어로 바꾸어 대화해 보세요.

> Bác sĩ   Anh thấy 통증이 덜한가요 chưa?
>
> Se-ho   Hôm nay, tôi không còn đau nữa và 많이 건강해진 것 같아요 .
> Từ ngày mai tôi 출근할 수 있나요 ạ?
>
> Bác sĩ   Ồ, 아직 안 되는데요 ! Anh bị viêm gan nặng mà.
>
> Se-ho   Vậy khi nào tôi 비로소 퇴원할 수 있나요 ?
>
> Bác sĩ   Anh phải điều trị viêm một vài ngày nữa.
> 언제 퇴원할 수 있을 때 thì tôi sẽ báo.
>
> Se-ho   Vâng, cảm ơn bác sĩ ạ.

회화연습 2

🎧 12–09

3 다음의 글과 질문을 듣고 각각 맞는 답에 ✔표 하세요.

(1)　① (　　　　)

　　　② (　　　　)

(2)　① (　　　　)

　　　② (　　　　)

4 다음 질문을 듣고 대답을 해보세요.

(1)

➡ _____ .

(2)

➡ _____ .

(3)

➡ _____ .

148

베트남 의료 체계

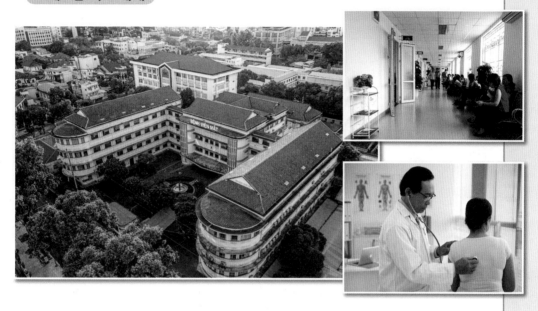

베트남에는 공립·사립을 포함한 다양한 병원이 있고, 베트남 사람들은 인구 밀집 지역을 중심으로 설립된 공립병원을 주로 이용하고 있습니다. 그러나 하노이(Hà Nội), 호찌민시(TP. Hồ Chí Minh), 다낭(Đà Nẵng) 등 주요 도시에 의료기관이 집중되어 있어 도시와 지역 간 의료 격차가 심한 편입니다.

베트남은 국민의 거의 90%가 의료보험 제도의 혜택을 받고 있으며, 의약분업은 이미 오래전부터 시행되고 있습니다. 베트남 의약품 시장의 상당수는 수입제품으로, 주요 수입대상국은 프랑스, 인도, 한국, 독일입니다. 위급한 상황으로 긴급구호가 필요하거나 구급차를 불러야 할 경우에는 긴급번호 115를 이용합니다.

베트남은 전체적으로 기초 의료 수준은 갖추고 있으나, 아직 전문적인 분야의 의료 서비스 수준은 높지 않아, 좀 더 높은 수준의 의료 서비스를 원하는 베트남 사람들은 싱가포르, 태국, 중국, 한국 등 주변 국가로 의료 관광을 떠나기도 합니다. 현재 베트남 정부는 의료진 교육과 의료 기자재 공급에 관한 ODA 프로젝트 참여 및 여러 국가와의 협력을 통해 베트남 의료 서비스 질 향상 및 의료 체계 개선을 도모하고 있습니다.

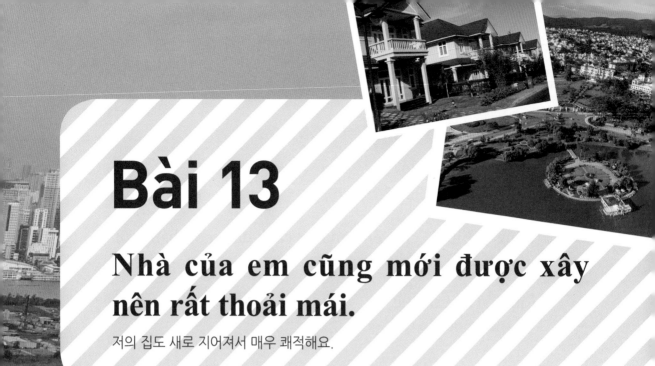

Bài 13

Nhà của em cũng mới được xây nên rất thoải mái.

저의 집도 새로 지어져서 매우 쾌적해요.

학습목표

1. 시간적 거리를 표시하는 'cách đây~'를 활용하여 말할 수 있다.

2. 근접과거부사와 수동태를 조합하여 말할 수 있다.

3. 긍정적 인과 관계를 표시하는 'nhờ A mà B'를 활용하여 말할 수 있다.

🎧 13-01

A **Em sống ở đây à?**

너 여기에서 사니?

B **Vâng ạ. Em đã chuyển đến đây cách đây một tháng rồi.**

네. 저는 한 달 전에 이곳으로 이사 왔어요.

Em đến từ Lò Đúc.

저는 '로둑'에서 왔어요.

단어

sống 살다 | **à** 문장 끝에서 의문문을 만드는 어조사 | **chuyển** 옮기다, 이사하다

문법과 표현

○ 'cách đây ~'는 공간적 거리와 시간적 거리에 모두 사용할 수 있습니다. 시간적 거리로 사용할 때는 '~ 전에'로 과거의 의미를 갖습니다.

A **Em đã đến Việt Nam bao giờ?**

너는 언제 베트남에 왔어?

B **Em đã đến Việt Nam cách đây một năm.**

저는 1년 전에 베트남에 왔습니다.

○ 'đến từ ~'는 '~에서 오다'라는 의미로 쓰이는 관용구이며, 출발지점을 나타냅니다.

A **Những sinh viên đã tham gia chương trình đến từ đâu?**

프로그램 참가한 학생들은 어디에서 왔나요?

B **Những sinh viên đó đến từ miền Nam.**

그 학생들은 남부에서 왔어요.

152

🎧 13-02

1

Ⓐ Em Ⓐ <u>đã đến Việt Nam</u> bao giờ?
너는 언제 베트남에 왔어?

Ⓑ Em Ⓐ <u>đã đến Việt Nam</u> cách đây Ⓑ <u>một năm</u>.
저는 1년 전에 베트남에 왔습니다.

	Ⓐ	Ⓑ
(1)	<u>đã đến thăm ông bà</u>	<u>mấy tuần</u>
(2)	<u>đã đi du lịch Hạ Long</u>	<u>sáu tháng</u>
(3)	<u>đã gặp thầy Dũng</u>	<u>vài ngày</u>

2

Ⓐ Ⓐ <u>Những sinh viên tham gia chương trình</u> đến từ đâu?
프로그램 참가 학생들은 어디에서 왔나요?

Ⓑ Ⓐ <u>Những sinh viên tham gia chương trình</u> đến từ Ⓑ <u>miền Nam</u>.
프로그램 참가 학생들은 남부에서 왔어요.

	Ⓐ	Ⓑ
(1)	<u>Các sinh viên mới</u>	<u>các tỉnh khác nhau</u>
(2)	<u>Các bạn ấy</u>	<u>Hàn Quốc</u>
(3)	<u>Hoa quả này</u>	<u>miền Trung</u>

 13-03

Ⓐ Nghe nói là trong khu này có nhiều nhà mới được xây.

듣기로는 이 단지에는 새로 지어진 집들이 많다던데.

Nhà của em thế nào?

너의 집은 어때?

Ⓑ Nhà của em cũng mới được xây nên rất thoải mái, anh ạ.

저의 집도 새로 지어져서 매우 쾌적해요.

단어

khu 단지 | xây 건축하다, 짓다 | thoải mái 쾌적하다

문법과 표현

○ 'trong A có B'는 'A 안에 B가 있다'라는 의미입니다.

Ⓐ Trong phòng của em có gì đấy?
너의 방 안에는 무엇이 있니?

Ⓑ Trong phòng của em có một cái bàn và một cái tủ quần áo.
저의 방 안에는 책상 하나와 옷장 하나가 있어요.

○ 'mới được ~'는 '새로 ~되다'라는 의미입니다. 이때 'mới'는 근접과거부사로 뒤에 오는 수동태 구문이 이루어진 시점을 의미합니다.

Ⓐ Cầu này thế nào?
이 다리는 어때?

Ⓑ Cầu này mới được xây nên rất tốt.
이 다리는 새로 지어져서 매우 좋아요.

🎧 13-04

1

Ⓐ Ⓐ __Trong phòng của em__ có gì đấy?
너의 방 안에는 무엇이 있니?

Ⓑ Ⓐ __Trong phòng của em__ có Ⓑ __một cái bàn và một cái tủ quần áo.__
저의 방 안에는 책상 하나와 옷장 하나가 있어요.

	Ⓐ	Ⓑ
(1)	Trong tủ lạnh kia	một số thức ăn
(2)	Trong nhà của anh	ti vi, tủ lạnh, máy lạnh
(3)	Trong tủ quần áo	một số quần áo

2

Ⓐ Ⓐ __Cầu này__ thế nào?
이 다리는 어때요?

Ⓑ Ⓐ __Cầu này__ mới được Ⓑ __xây__ nên rất tốt.
네, 이 다리는 새로 지어져서 매우 좋아요.

	Ⓐ	Ⓑ
(1)	Cái bàn	làm lại
(2)	Thức ăn	nấu xong
(3)	Quyển sách	in

Bài 13 **Nhà của em cũng mới được xây nên rất thoải mái.** 155

 13-05

Ⓐ Hằng ngày, em đến trường bằng gì?
매일 너는 어떻게 학교에 가니?

Ⓑ Em đến trường bằng xe buýt. 저는 버스로 학교에 가요.

Nhờ có phương tiện giao thông công cộng mà việc đi lại rất thuận tiện.
대중교통수단 덕분에 오고 가는 것이 매우 편리해요.

단어

đến trường 학교에 가다 | xe buýt 버스 | phương tiện (교통) 수단 | giao thông 교통 |
công cộng 공공의 | việc ~ ~하는 것 | đi lại 오고가다 | thuận tiện 편리하다

문법과 표현

○ 'hằng'은 뒤에 오는 때를 나타내는 명사가 반복되는 것을 의미합니다. 'ngày, tuần, tháng, năm'과 함께 '매일, 매주, 매월, 매년'의 의미를 가지며, 이 경우에는 'hằng' 대신 'hàng'을 쓰기도 합니다.

Ⓐ Hằng năm, em có đi đâu không? 매년 너는 어디 가는 곳이 있니?
Ⓑ Có. Hằng năm, em đều về quê thăm ông bà.
네. 매년 저는 할아버지 할머니를 방문하기 위해 고향에 갑니다.

○ 'nhờ A mà B'는 'A 덕분에 B 하다'의 의미로, 긍정적 인과 관계를 나타내는 어구입니다. nhờ 뒤에 원인, mà 뒤에 결과를 표시합니다.

Ⓐ Anh đã làm thế nào để qua được kì thi đó?
형은/오빠는 어떻게 그 시험에 합격할 수 있었나요?

Ⓑ Nhờ cô Lan mà tôi đã qua được kì thi đó.
란 선생님 덕분에 나는 그 시험에 합격했어요.

🎧 13-06

1

Ⓐ Hằng Ⓐ <u>năm</u>, em có đi đâu không?
매년 너는 어디 가는 곳이 있니?

Ⓑ Có. Hằng Ⓐ <u>năm</u>, em đều Ⓑ <u>về quê thăm ông bà</u>.
네. 매년 저는 할아버지 할머니를 방문하기 위해 고향에 갑니다.

	Ⓐ	Ⓑ
(1)	<u>ngày</u>	đến thư viện để đọc sách
(2)	<u>tuần</u>	đi chợ để mua đồ ăn
(3)	tháng	đến nhà bạn chơi

2

Ⓐ Anh đã làm thế nào để Ⓑ <u>qua được kì thi đó</u>?
형은/오빠는 어떻게 그 시험에 합격할 수 있었나요?

Ⓑ Nhờ Ⓐ <u>cô Lan</u> mà tôi Ⓑ <u>đã qua được kì thi đó</u>.
란 선생님 덕분에 나는 그 시험에 합격했어요.

	Ⓐ	Ⓑ
(1)	<u>có xe máy mới</u>	<u>có thể đến sớm</u>
(2)	<u>tập thể dục</u>	<u>có thể giữ gìn sức khỏe</u>
(3)	<u>chị Hoa giúp đỡ</u>	<u>có thể làm xong bài tập</u>

회화문

🎧 13-07

Min-se Em sống ở đây à?

Trang Vâng ạ. Em đã chuyển đến đây cách đây một tháng rồi.

Em đến từ Lò Đúc.

Min-se Thế à? Nghe nói là trong khu này có nhiều nhà mới được xây.

Nhà của em thế nào?

Trang Nhà của em cũng mới được xây nên rất thoải mái, anh ạ.

Min-se Phương tiện ở đây có tiện không? Hằng ngày, em đến trường bằng gì?

Trang Em đến trường bằng xe buýt. Nhờ có phương tiện giao thông công cộng mà việc đi lại rất thuận tiện.

Min-se Em có thích sống ở đây không?

Trang Có. Em thích lắm ạ.

단어 tiện 편리하다

민세 너 여기에서 사니?

짱 네. 저는 한 달 전에 이곳으로 이사 왔어요. 저는 '로둑'에서 왔어요.

민세 그래? 듣기로는 이 단지에는 새로 지어진 집들이 많다던데. 너의 집은 어때?

짱 저의 집도 새로 지어져서 매우 쾌적해요.

민세 이곳의 교통수단은 편리해? 매일 너는 어떻게 학교에 가니?

짱 저는 버스로 학교에 가요. 대중교통수단 덕분에 오고 가는 것이 매우 편리해요.

민세 너는 여기 사는 것이 좋으니?

짱 네. 매우 좋아요.

1 잘 듣고 소리 내어 따라해 보세요.

> **①** Ⓐ Em sống ở đây à?
>
> Ⓑ Vâng ạ. Em đã chuyển đến đây cách đây một tháng rồi. Em đến từ Lò Đúc.
>
> **②** Ⓐ Nghe nói là trong khu này có nhiều nhà mới được xây. Nhà của em thế nào?
>
> Ⓑ Nhà của em cũng mới được xây nên rất thoải mái, anh ạ.
>
> **③** Ⓐ Hằng ngày, em đến trường bằng gì?
>
> Ⓑ Em đến trường bằng xe buýt.
>
> Nhờ có phương tiện giao thông công cộng mà việc đi lại rất thuận tiện.

2 한국어를 베트남어로 바꾸어 대화해 보세요.

> Ⓐ Em sống ở đây à?
>
> Ⓑ Em đã chuyển đến 지금부터 한 달 전에 .
>
> Ⓐ Nhà của em thế nào?
>
> Ⓑ Nhà của em 역시 새로 지어졌습니다 nên rất thoải mái, anh ạ.
>
> Ⓐ Em đến trường bằng gì?
>
> Ⓑ Em đến trường bằng xe buýt.
>
> 대중교통수단 덕분에 mà việc đi lại rất thuận tiện.

🎧 13-09

3 다음의 글과 질문을 듣고 각각 맞는 답에 ✓표 하세요.

(1) ① (   )

  ② (   )

(2) ① (   )

  ② (   )

4 다음 질문을 듣고 대답을 해보세요.

(1)

➡ _____ .

(2)

➡ _____ .

(3)

➡ _____ .

○ 베트남의 주거 문화 2

　　최근 하노이(Hà Nội), 호찌민시(TP. Hồ Chí Minh) 등 베트남의 대도시에는 외곽 지역을
중심으로 새로운 주택단지가 속속 들어서고 있습니다. 이들 지역은 대부분 엄격한 도시
계획에 따라 단지가 조성되고 있으며, 단지 내에는 아파트를 비롯해 주택들이 새로 지어
지고 있습니다. 이러한 주택들은 깨끗하고 편리한 구조와 편의시설을 갖추고 있으며, 시
내 중심가에 비해 비교적 넓은 생활공간을 가지고 있고, 도시 중심부와 다른 자연환경을
갖추고 있어서 더욱 쾌적한 주거공간을 제공하고 있습니다. 한편 베트남의 도시들은 버
스노선의 확장, 지하철 및 지상철 신설 등 대중교통 인프라를 확대하기 위한 노력을 지속
하고 있습니다. 이러한 대중교통 수단들과 연계하여 이들 새로운 주택단지들은 교통의
편의성도 지속적으로 높아져가고 있습니다. 복잡한 시내 중심부를 떠나 쾌적한 주거환
경에서 살기를 원하는 사람들이 계속 증가함에 따라, 도시 외곽 지역의 신규 주택단지도
점차 확대, 발전되고 있습니다.

정답

Bài 1

문형연습 ❶ p.9

1

(1) Chị tuổi chuột. (누나/언니는 쥐띠야.)

(2) Chị tuổi gà. (누나/언니는 개띠야.)

(3) Chị tuổi mèo. (누나/언니는 고양이띠야.)

2

(1) Tuy nhà của anh không to nhưng rất đẹp.
(비록 형/오빠의 집이 크지는 않지만 매우 예뻐.)

(2) Tuy trời mưa to nhưng tôi vẫn phải đi làm.
(비록 비가 많이 오지만 나는 여전히 일하러 가야 해요.)

(3) Tuy nó không học nhiều nhưng vẫn được 100 điểm.
(비록 그가 많이 공부하지는 않지만 여전히 100점을 받아.)

문형연습 ❷ p.11

1

(1) A : Anh làm nghề gì?
(형은/오빠는 직업이 뭐예요?)

   B : Anh là giáo viên dạy tiếng Việt.
(형은/오빠는 베트남어를 가르치는 교사야.)

(2) A : Chị làm việc ở đâu?
(누나/언니는 어디에서 일해요?)

   B : Chị làm việc ở ngân hàng. (누나/언니는 은행에서 일해.)

(3) A : Dạo này, em làm việc ở công ti nào? (요즘 너는 어느 회사에서 일하니?)

   B : Em đang làm việc ở công ti Vina.
(저는 비나회사에서 일하고 있어요.)

2

(1) A : Anh có biết công ti này không?
(형은/오빠는 이 회사를 알아요?)

   B : Ừ. Anh đã từng làm việc ở công ti này rồi.
(그래. 형은/오빠는 이 회사에서 일했었어.)

(2) A : Anh đã đi Busan chưa?
(형은/오빠는 부산에 갔었어요?)

   B : Ừ. Anh đã từng sống ở Busan rồi.
(그래. 형은/오빠는 부산에서 살았었어.)

(3) A : Anh có biết Truyện Kiều không?
(형은/오빠는 쭈옌끼에우를 알아요?)

   B : Ừ. Anh đã từng đọc Truyện Kiều rồi.
(그래. 형은/오빠는 쭈옌끼에우를 읽었었어.)

문형연습 ❸ p.13

1

(1) A : Có phải anh là người Việt Nam không?
(형은/오빠는 베트남 사람이 맞나요?)

   B : Không phải. Tôi là người Hàn Quốc.
(아니에요. 나는 한국 사람이에요.)

(2) A : Có phải họ đang học tiếng Pháp không?
(그들은 프랑스어를 공부하고 있는 것이 맞나요?)

   B : Không phải. Họ đang học tiếng Đức.
(아니에요. 그들은 독일어를 공부하고 있어요.)

(3) A : Có phải chị muốn mua vé đi Nha Trang không?
(누나/언니는 냐짱에 가는 표를 사고 싶은 것이 맞나요?)

   B : Không phải. Tôi muốn mua vé đi

Đà Nẵng.

(아니에요. 나는 다낭에 가는 표를 사고 싶어
요.)

2

(1) A : Chị ăn cơm tối chưa?

(누나/언니는 저녁 식사했어요?)

B : Chị sắp ăn rồi.

(누나/언니는 곧 저녁 먹어.)

(2) A : Chị làm việc xong chưa?

(누나/언니는 일 끝났어요?)

B : Chị sắp xong rồi.

(누나/언니는 곧 끝나.)

(3) A : Chị về nhà chưa?

(누나/언니는 귀가했어요?)

B : Chị sắp về rồi.

(누나/언니는 곧 가.)

회화연습 ❶ p.15

2

hai vợ chồng anh

tuổi chuột / Tuy bố anh già nhưng

đã từng là nhân viên ngân hàng

sắp thi đại học rồi

회화연습 ❷ p.16

3

Tên tôi là Se-ho. Gia đình tôi có 4 người
: bố tôi, hai vợ chồng tôi và con gái tôi.
Bố tôi sinh năm 1957, tuổi gà. Tuy bố tôi
già nhưng vẫn còn khoẻ. Vợ tôi đã từng
là nhân viên ngân hàng nhưng bây giờ ở
nhà nội trợ. Còn con gái tôi là học sinh
lớp 12. Nó sắp thi đại học rồi.

내 이름은 세호입니다. 우리 가족은 아버지, 우리 부
부, 딸, 4명입니다. 나의 아버지는 1957년생이시고,
닭띠이십니다. 비록 나의 아버지가 나이가 드셨지만
아직도 여전히 건강하십니다. 나의 아내는 은행 직원
이었는데 지금은 살림을 합니다. 그리고 나의 딸은
고등학교 3학년 학생입니다. 그 애는 곧 대학입시를
봅니다.

(1) Bố của Se-ho tuổi gì?

(세호의 아버지는 무슨 띠인가요?)

① Tuổi con chuột

(쥐띠)

② Tuổi con gà

(닭띠)

(2) Có phải con gái của Se-ho là sinh
viên không?

(세호의 딸은 대학생이 맞나요?)

① Phải

(맞다)

② Không phải

(맞지 않다)

4

(1) Anh/Chị tuổi gì?

(형은/누나는 무슨 띠인가요?)

모범 답안

→ Tôi tuổi gà.

(나는 닭띠예요.)

(2) Anh/Chị làm nghề gì?

(형은/누나는 직업이 뭐예요?)

모범 답안

→ Tôi là giáo viên dạy tiếng Anh.

(나는 영어를 가르치는 교사예요.)

(3) Có phải anh/chị là người Việt Nam
không?

(형은/누나는 베트남 사람이 맞나요?)

→ Không phải. Tôi là người Hàn Quốc.

(아니에요. 나는 한국 사람이에요.)

Bài 2

문형연습 ❶ p.21

1

(1) A : Thầy Minh đi Mĩ để làm gì?

(민선생님은 무엇을 하려고 미국에 갔어요?)

B : Thầy Minh đi Mĩ để dạy tiếng Việt.

(민선생님은 베트남어를 가르치기 위해 미국에 갔어요.)

(2) A : Em đến thư viện để làm gì?

(너는 무엇을 하려고 도서관에 왔니?)

B : Em đến thư viện để mượn sách.

(저는 책을 빌리려고 도서관에 왔어요.)

(3) A : Anh đến Thành phố Hồ Chí Minh để làm gì?

(형은/오빠는 무엇을 하려고 호찌민시에 왔어요?)

B : Anh đến Thành phố Hồ Chí Minh để tìm việc làm.

(형은/오빠는 일자리를 찾기 위해 호찌민시에 왔어.)

2

(1) A : Em đã để áo dài ở đâu?

(너는 아오자이를 어디에 뒀어?)

B : Em đã để nó ở trong tủ quần áo.

(저는 그것을 옷장 속에 뒀어요.)

(2) A : Em đã để túi xách ở đâu?

(너는 핸드백을 어디에 뒀어?)

B : Em đã để nó ở cạnh cây quạt.

(저는 그것을 선풍기 옆에 뒀어요.)

(3) A : Em đã để quả bóng mới ở đâu?

(너는 새 공을 어디에 뒀어?)

B : Em đã để nó ở dưới ghế.

(저는 그것을 의자 밑에 뒀어요.)

문형연습 ❷ p.23

1

(1) A : Anh dạy tiếng Việt bao lâu rồi?

(형은/오빠는 베트남어를 가르친 지 얼마나 됐어요?)

B : Khoảng 4 năm rồi.

(4년 정도 됐어.)

(2) A : Anh sang Việt Nam bao lâu rồi?

(형은/오빠는 베트남에 온 지 얼마나 됐어요?)

B : Khoảng 6 tháng rồi.

(6달 정도 됐어.)

(3) A : Anh làm việc ở công ti này bao lâu rồi?

(형은/오빠는 이 회사에서 일한 지 얼마나 됐어요?)

B : Khoảng 10 năm rồi.

(10년 정도 됐어.)

2

(1) A : Bạn đã lái xe máy bao lâu rồi?

(너는 오토바이를 운전한 지 얼마나 됐어?)

B : Mình (đã) lái xe máy được 4 năm rồi.

(나는 오토바이를 운전한 지 4년 됐어.)

(2) A : Bạn đã thuê nhà này bao lâu rồi?

(너는 이 집을 빌린 지 얼마나 됐어?)

B : Mình (đã) thuê nhà này được 3 tháng rồi.

(나는 이 집을 빌린 지 3달 됐어.)

(3) A : Bạn đã học tiếng Việt bao lâu rồi?

(너는 베트남어를 공부한 지 얼마나 됐어?)

B : Mình (đã) học tiếng Việt được 15 năm rồi.

(나는 베트남어를 공부한 지 15년 됐어.)

문형연습 ❸ p.25

1

(1) A : Em nói tiếng Việt hơi kém.
(너는 베트남어를 좀 못한다.)

B : Em càng nghỉ học càng nói tiếng Việt kém.
(공부를 쉴수록 베트남어를 못하겠어요.)

(2) A : Em nói tiếng Việt giỏi quá.
(너는 베트남어를 너무 잘한다.)

B : Em càng nghe nhiều tiếng Việt càng nói giỏi hơn.
(베트남어를 많이 들을수록 더 잘 말하게 돼요.)

(3) A : Em nói tiếng Việt rất tự nhiên.
(너는 베트남어를 무척 자연스럽게 말한다.)

B : Em càng ở Việt Nam lâu càng nói giống người Việt Nam.
(베트남에 오래 살수록 베트남 사람같이 말하게 돼요.)

2

(1) Tuấn càng nghỉ học nhiều càng học kém.
(뚜언은 공부를 많이 쉴수록 공부를 못하게 되었다.)

(2) Trời càng mưa nhiều đường càng bẩn hơn.
(비가 많이 올수록 길은 더 더러워졌다.)

(3) Tôi càng sống xa gia đình lâu càng nhớ bố mẹ.
(나는 가족과 떨어져 사는 게 오래될수록 부모님이 그리워졌다.)

회화연습 ❶ p.27

2

đến đây để xin học ạ

học tiếng Việt bao lâu rồi

được một năm rồi ạ

khá tốt

lớp của sinh viên năm thứ hai

회화연습 ❷ p.28

3

Tôi tên là So-mi. Tôi là người Hàn Quốc. Tôi đã học tiếng Việt được một năm rồi. Tôi càng học tiếng Việt càng thấy thú vị. Hôm nay tôi đến trường để xin học. Cô giáo nói tôi sẽ vào lớp của sinh viên năm thứ hai.

내 이름은 소미입니다. 나는 한국 사람입니다. 나는 베트남어를 공부한 지 1년 되었습니다. 나는 베트남어를 공부할수록 재미있습니다. 오늘 나는 수강 신청을 하려고 학교에 갔습니다. (여)선생님께서 (대학교) 2학년 수업으로 들어가라고 말씀하셨습니다.

(1) Hôm nay So-mi đến trường để làm gì?
(오늘 소미는 무엇을 하려고 학교에 갔나요?)

① Để xin học
(수강신청을 하려고)

② Để gặp bạn
(친구를 만나려고)

(2) So-mi thấy học tiếng Việt thế nào?
(소미는 베트남어를 공부하는 게 어떻다고 생각하나요?)

① Càng ngày càng khó
(갈수록 어렵다)

② Càng học càng thú vị
(공부할수록 재미있다)

4

(1) Anh/Chị học tiếng Việt bao lâu rồi?
(형은/누나는 베트남어를 공부한 지 얼마나 됐어요?)

모범 답안

→ Tôi học tiếng Việt được 5 năm rồi.
(나는 베트남어를 공부한 지 5년 됐어요.)

(2) Anh/Chị học tiếng Việt để làm gì?
(형은/누나는 무엇을 하려고 베트남어를 공부해요?)

모범 답안

→ Tôi học tiếng Việt để đi du lịch Việt Nam.
(나는 베트남에 여행을 가려고 베트남어를 공부해요.)

(3) Anh/Chị thấy học tiếng Việt thế nào? Càng học càng thấy thú vị, đúng không?
(형은/누나는 베트남어 공부하는 게 어때요? 공부할수록 재미있지요?)

모범 답안

→ Đúng rồi. Tôi càng học tiếng Việt càng thấy thú vị.
(맞습니다. 나는 베트남어를 공부할수록 재미있어요.)

Bài 3

문형연습 ❶ p.33

1

(1) Alô. Đại học Quốc gia HN xin nghe.
(여보세요. HN 국립대입니다.)

(2) Alô. Bệnh viện Bạch Mai xin nghe.

(여보세요. 박마이 병원입니다.)

(3) Alô. Trung tâm Ngoại ngữ DN xin nghe.
(여보세요. DN 외국어학당입니다.)

2

(1) A : Làm ơn cho tôi gặp chị Nga.
(응아 누나/언니를 좀 바꿔주세요.)

B : Chị chờ một chút.
(조금만 기다리세요.)

(2) A : Làm ơn cho tôi biết đường đến ga Hà Nội.
(하노이역으로 가는 길을 좀 알려주세요.)

B : Chị đi khoảng 200 mét thì sẽ thấy.
(200미터 정도 가면 보일 거예요.)

(3) A : Làm ơn cho tôi mượn quyển từ điển Tiếng Việt.
(베트남어 사전 좀 빌려주세요.)

B : Chị dùng quyển từ điển này nhé.
(이 사전을 사용하세요.)

문형연습 ❷ p.35

1

(1) Hình như cô ấy lên lớp rồi.
(그 (여)선생님은 수업에 들어가신 것 같아.)

(2) Hình như cô ấy đi ra ngoài rồi.
(그 (여)선생님은 밖에 나가신 것 같아.)

(3) Hình như cô ấy đi khám bệnh.
(그 (여)선생님은 병원에 진찰받으러 가신 것 같아.)

2

(1) A : Alô. Em Tuấn đấy à?
(여보세요. 거기 뚜언이니?)

B : Vâng. Em Tuấn nghe đây. Ai gọi đấy ạ?
(네. 저 뚜언입니다. 누구신가요?)

(2) A : Alô. Phòng kế toán đấy à?
   (여보세요. 거기 회계부서인가요?)

   B : Vâng. Phòng kế toán nghe đây.
   Ai gọi đấy ạ?
   (네. 회계부서입니다. 누구신가요?)

(3) A : Alô. Khoa Tiếng Việt đấy à?
   (여보세요. 거기 베트남어과인가요?)

   B : Vâng. Khoa Tiếng Việt nghe đây.
   Ai gọi đấy ạ?
   (네. 베트남어과입니다. 누구신가요?)

문형연습 ❸ p.37

1

(1) Chị gọi sai số rồi.
   (틀린 번호로 거셨습니다)

(2) Chị giữ máy đợi một chút.
   (끊지 말고 잠시만 기다리세요)

(3) Anh Minh đang bận nghe điện thoại
   khác.
   (민씨는 지금 다른 전화를 받고 있습니다)

2

(1) Anh làm ơn đọc lại số điện thoại của
   Se-ho.
   (형/오빠, 세호의 전화번호를 다시 읽어주세요)

(2) Tôi sẽ nói chuyện lại với So-mi.
   (내가 소미와 다시 이야기할게요)

(3) Năm phút sau, tôi sẽ gọi lại
   (5분 후에 내가 다시 전화할게요)

회화연습 ❶ p.39

2

Khoa Tiếng Việt xin nghe
Làm ơn cho em gặp cô Hoa ạ
Ai gọi đấy

Em có nhắn gì không
Em sẽ gọi lại sau ạ

회화연습 ❷ p.40

3

So-mi là học sinh lớp cô Hoa. So-mi đã
gọi vào di động của cô Hoa mấy lần
nhưng cô Hoa không nghe máy. Vì thế
So-mi đã gọi đến văn phòng Khoa Tiếng
Việt nhưng cô Hoa cũng không có ở văn
phòng. So-mi sẽ gọi lại cho cô Hoa sau.

소미는 호아 선생님 수업 학생입니다. 소미는 호아 선
생님의 휴대전화로 몇 번 전화를 했지만 선생님은 전
화를 받지 않았습니다. 그래서 소미는 베트남어과 사
무실로 전화를 했는데 호아 선생님은 사무실에도 안
계십니다. 소미는 나중에 다시 호아 선생님에게 전화
를 할 것입니다.

(1) So-mi đã gọi vào di động của cô Hoa
   chưa?
   (소미는 호아 선생님의 휴대전화로 전화를 했나요?)

   ① Rồi.
   (네)

   ② Chưa.
   (아니요)

(2) Khi So-mi gọi điện, cô Hoa có ở văn
   phòng Khoa Tiếng Việt không?
   (소미가 전화했을 때, 호아 선생님은 베트남어과 사
   무실에 계셨나요?)

   ① Có.
   (네)

   ② Không.
   (아니요)

4

(1) Số điện thoại di động của anh/chị là
số bao nhiêu?
(형/누나의 휴대전화 번호는 몇 번인가요?)

모범 답안

→ Số (điện thoại) di động của tôi là
010-1234-5678.
(내 휴대전화 번호는 010-1234-5678이에요.)

(2) Anh/Chị nói như thế nào khi muốn
gặp A qua điện thoại?
(A와 통화하고 싶을 때 어떻게 말해요?)

모범 답안

→ Làm ơn cho tôi gặp A.
(A를 좀 바꿔주세요.)

(3) Khi học tiếng Việt, nếu anh/chị
không hiểu thì có hỏi lại thầy/cô giáo
không?
(베트남어를 공부할 때, 만약 이해가 되지 않으면 형
은/누나는 선생님께 다시 여쭤보나요?)

모범 답안

→ Khi học tiếng Việt, nếu tôi không
hiểu thì tôi thường hỏi lại thầy/cô
giáo.
(베트남어를 공부할 때, 만약 이해가 되지 않으면
나는 보통 선생님께 다시 여쭤봅니다.)

Bài 4

문형연습 ❶ p.45

1

(1) Nghe nói, sắp đến sinh nhật của
Mi-na.
(들리기에 곧 미나의 생일이라던데.)

(2) Nghe nói, ở đây bán các loại cà phê
Việt Nam.
(들리기에 여기에서 각종 베트남 커피를 판다던데.)

(3) Nghe nói, sinh viên năm thứ nhất
được giảm giá hôm nay.
(들리기에 대학교 1학년 학생은 오늘 할인된다던
데.)

2

(1) Nhà hàng này nổi tiếng à?
(이 식당이 유명해요?)

(2) Lãnh thổ Việt Nam dài và hẹp à?
(베트남 국토는 길고 좁아요?)

(3) Theo dự báo thời tiết, ngày mai có
mưa à?
(일기예보에 따르면 내일 비가 오는 건가요?)

문형연습 ❷ p.47

1

(1) A : Một ngày anh thường tập thể dục
mấy tiếng?
(하루에 형은/오빠는 몇 시간 운동을 해요?)

B : Mỗi ngày tôi tập thể dục 1 tiếng.
(매일 나는 1시간씩 운동을 해요.)

(2) A : Một ngày anh thường học tiếng
Việt mấy tiếng?
(하루에 형은/오빠는 몇 시간 베트남어를 공부
해요?)

B : Mỗi ngày tôi học tiếng Việt 3
tiếng.
(매일 나는 3시간씩 베트남어를 공부해요.)

(3) A : Một ngày anh thường xem ti vi
mấy tiếng?
(하루에 형은/오빠는 몇 시간 텔레비전을 봐
요?)

B : Mỗi ngày tôi xem ti vi 30 phút.
(매일 나는 30분씩 텔레비전을 봐요.)

2

(1) Hôm qua, chúng tôi đến hồ Hoàn
Kiếm. Mọi người đều rất vui.
(어제 우리는 호안끼엠 호수에 갔다. 모든 사람이 다
매우 즐거웠다.)

(2) Nhà tôi có 4 tầng, mỗi tầng có 3
phòng.
(우리 집은 4층인데, 각 층마다 방이 3개씩 있어요.)

(3) Nếu mọi người đều đồng ý thì chúng
ta nghỉ.
(만약 모든 사람이 다 동의한다면 우리 쉬자.)

(4) Mỗi người ăn 2 bát phở, tất cả là 10
bát.
(매 사람마다 퍼를 2그릇씩 먹었으니 모두 10그릇이
다.)

문형연습 ❸ p.49

1

(1) A : Nhà đó, giá thuê là bao nhiêu
một tháng?
(그 집은 한 달 임차료가 얼마인가요?)

B : 8 triệu đồng một tháng, kể cả tiền
nước.
(수도요금 포함이고, 한 달에 8백만 동입니다.)

(2) A : Nhà đó, giá thuê là thế nào một
tháng?
(그 집은 한 달 임차료가 어떻게 되나요?)

B : 8 triệu đồng một tháng, kể cả tiền
điện và tiền Internet.
(전기요금과 인터넷요금 포함이고, 한 달에 8
백만 동입니다.)

(3) A : Nhà đó, giá thuê là bao nhiêu
tiền một tháng?

(그 집은 한 달 임차료가 얼마인가요?)

B : 8 triệu đồng một tháng, không kể
tiền điện và tiền Internet.
(전기요금과 인터넷요금은 불포함이고, 한 달
에 8백만 동입니다.)

2

(1) A : Tôi muốn thuê một tầng. Một
tầng thì giá bao nhiêu?
(나는 한 층을 빌리고 싶어요. 한층은 얼마입니
까?)

B : 5 triệu đồng một tháng ạ.
(한 달에 5백만 동입니다.)

(2) A : Tôi muốn thuê phòng đôi. Phòng
đôi thì giá bao nhiêu?
(나는 2인실을 빌리고 싶어요. 2인실은 얼마입
니까?)

B : 3 triệu đồng một đêm ạ.
(일박에 3백만 동입니다.)

(3) A : Tôi muốn thuê cả nhà. Cả nhà thì
giá bao nhiêu?
(나는 집 전체를 빌리고 싶어요. 집 전체에 얼
마입니까?)

B : 20 triệu đồng một tháng ạ.
(한 달에 2천만 동입니다.)

회화연습 ❶ p.51

2

nghe nói anh có nhà cho thuê

Mỗi tầng đều có 2 phòng ngủ, 1 phòng
vệ sinh và 1 ban công

không kể tiền điện và tiền nước

không đắt cũng không rẻ

회화연습 ❷ p.52

3

Se-ho muốn thuê nhà mới. Hôm nay, Se-ho đến gặp chủ nhà. Nhà của ông ấy là nhà 3 tầng và mỗi tầng đều có 2 phòng ngủ, 1 phòng vệ sinh và 1 ban công. Nhà này giá thuê 1 tầng là 9 triệu đồng, không kể tiền điện và tiền nước. Se-ho thấy giá thuê nhà không đắt cũng không rẻ.

세호는 새 집을 빌리기를 원합니다. 오늘 세호는 집주인을 만나러 갔습니다. 집은 3층이고, 각 층마다 침실 2개, 화장실 1개와 발코니 1개가 있습니다. 이 집은 한 층의 임차료가 전기요금과 수도요금을 불포함해서 9백만 동입니다. 세호는 임차료가 비싸지도 싸지도 않다고 생각했습니다.

(1) Se-ho gặp chủ nhà để làm gì?
(세호는 뭐하려고 집주인을 만났나요?)

① Để xin việc.
(일자리를 구하려고)

② Để thuê nhà.
(집을 빌리기 위해)

(2) Nhà này, mỗi tầng đều có 1 phòng ngủ, 2 phòng vệ sinh và 1 ban công, đúng không?
(이 집은 각 층마다 침실 1개, 화장실 2개 그리고 발코니 1개가 있는 게 맞습니까?)

① Đúng.
(맞습니다)

② Sai.
(틀립니다)

4

(1) Anh/Chị sống ở nhà riêng hay chung cư?
(형은/누나는 단독주택에 사나요 아니면 아파트에 사나요?)

모범 답안

→ Tôi sống ở chung cư.
(나는 아파트에 삽니다.)

(2) Nhà anh/chị có mấy phòng ngủ?
(형/누나의 집에는 침실이 몇 개인가요?)

모범 답안

→ Nhà tôi có 3 phòng ngủ.
(나의 집에는 3개의 침실이 있습니다.)

(3) Theo anh/chị, giá nhà mà Se-ho muốn thuê thế nào? (rẻ / đắt / không đắt cũng không rẻ...)
(형/누나의 생각에는 세호가 빌리려는 집의 임차료는 어떤가요?)
(싸다 / 비싸다 / 비싸지도 싸지도 않다 등))

모범 답안

→ Theo tôi, giá nhà mà Se-ho muốn thuê không đắt cũng không rẻ.
(내 생각에는 세호가 빌리려는 집의 임차료는 비싸지도 싸지도 않아요.)

Bài 5

문형연습 ❶ p.57

1

(1) Tôi đi thử chiếc xe đạp này, được không?
(내가 이 자전거를 타 봐도 될까요?)

(2) Tôi thử chụp bằng cái máy ảnh kia, được không?
(내가 저 사진기로 찍어 봐도 될까요?)

(3) Tôi thử xem quyển sách này, được không?
(내가 이 책을 봐도 될까요?)

2

(1) A: Bánh này ngon lắm. Em mua đi.
(이 빵은 너무 맛있어. 얘야 사렴.)

   B: Vậy, cho em thử ăn bánh này nhé.
(그럼, 제가 이 빵을 먹어보게 해주세요.)

(2) A: Cái áo dài này đẹp lắm. Em mua đi.
(이 아오자이는 너무 예뻐. 얘야 사렴.)

   B: Vậy, cho em thử mặc cái áo dài này nhé.
(그럼, 제가 이 아오자이를 입어보게 해주세요.)

(3) A: Cà phê này thơm lắm. Em mua đi.
(이 커피는 너무 향기로워. 얘야 사렴.)

   B: Vậy, cho em thử uống cà phê này nhé.
(그럼, 제가 이 커피를 마셔보게 해주세요.)

문형연습 **2** p.59

1

(1) A: Máy tính này của công ti Sona thế nào?
(소나사의 이 컴퓨터는 어때요?)

   B: Cái đó không những nặng mà còn to nữa.
(그것은 무거울 뿐만 아니라 크기도 해요.)

(2) A: Máy ảnh này của công ti Sona thế nào?
(소나사의 이 사진기는 어때요?)

   B: Cái đó không những tiện mà còn nhẹ nữa.
(그것은 편리할 뿐만 아니라 가볍기도 해요.)

(3) A: Máy điện thoại này của công ti Sona thế nào?
(소나사의 이 전화기는 어때요?)

   B: Cái đó không những mới mà còn hiện đại nữa.
(그것은 최신의 것일 뿐만 아니라 현대적이기도 해요.)

2

(1) Mùa đông ở đây không những lạnh mà còn khô nữa.(이곳의 겨울은 추울 뿐만 아니라 건조하기도 하다.)

(2) Bài này không những khó mà còn dài nữa.
(이 과는 어려울 뿐만 아니라 길기도 하다.)

(3) Đồ ăn ở quán này không những ngon mà còn sạch nữa.
(이 식당의 음식은 맛있을 뿐만 아니라 깨끗하기도 하다.)

문형연습 **3** p.61

1

(1) Đường này nguy hiểm mà anh ấy vẫn đi.
(이 길은 위험하지만 그는 여전히 간다.)

(2) Đã 7 giờ tối rồi mà vẫn sáng.
(저녁 7시가 되었는데 여전히 밝다.)

(3) Em ấy thích cái điện thoại này mà bố mẹ em ấy không mua cho.
(그 애는 이 전화기를 좋아하지만 그 애의 부모님은 사주지 않는다.)

2

(1) A: Ngày mai nắng à?
(내일 맑아요?)

   B: Ngày mai mưa chứ không nắng.

(내일 비가 오지, 맑지 않아요.)

(2) A: Em xem bóng đá à?

(너 축구 보니?)

B: Em xem phim chứ không xem bóng đá.

(저 영화 보지, 축구 보지 않아요.)

(3) A: Chị bị đau đầu à?

(누나/언니 머리 아파요?)

B: Chị bị đau bụng chứ không bị đau đầu.

(누나/언니는 배가 아프지, 머리가 아프지 않아.)

회화연습 ➊ p.63

2

Tôi xem thử, được không

Cái này không những chất lượng cao mà còn rẻ nữa

Hàng này đẹp mà đắt quá

Giá này rẻ chứ không đắt

회화연습 ➋ p.64

3

Hôm nay, anh Se-ho đi mua một cái máy lạnh. Ở cửa hàng này có nhiều loại máy lạnh. Nhưng anh ấy đã lấy máy lạnh của công ti ABC. Vì cái đó không những chất lượng cao mà còn rẻ nữa.

오늘, 세호씨는 에어컨 하나를 사러 갔습니다. 이 상점에는 많은 종류의 에어컨이 있습니다. 그러나 그는 ABC사의 에어컨을 구매하였습니다. 왜냐하면 그것은 품질이 좋을 뿐 아니라 저렴하기 때문입니다.

(1) Hôm nay, anh Se-ho đi mua gì?

(오늘 세호씨는 무엇을 사러 갔나요?)

① máy điện thoại

(전화기)

② máy lạnh

(에어컨)

(2) Vì sao anh Se-ho lấy máy lạnh của công ti ABC?

(왜 세호씨는 ABC사의 에어컨을 구매하였나요?)

① Vì cái đó không những chất lượng cao mà còn rẻ nữa.

(왜냐하면 그것은 품질이 좋을 뿐 아니라 저렴하기 때문입니다.)

② Vì cái đó không những rẻ mà còn đẹp.

(왜냐하면 그것은 저렴할 뿐 아니라 예쁘기 때문입니다.)

4

(1) Khi đi mua sắm, anh/chị có hay mặc cả không?

(쇼핑할 때, 형은/누나는 자주 흥정을 하나요?)

모범 답안

→ Khi đi mua sắm, tôi hay mặc cả.

(쇼핑할 때, 나는 자주 흥정을 합니다.)

(2) Anh/Chị thường mua quà sinh nhật gì cho mẹ?

(형은/누나는 보통 어머니를 위한 생신 선물로 무엇을 사나요?)

모범 답안

→ Tôi thường mua quần áo đẹp cho mẹ.

(나는 보통 어머니를 위해 예쁜 옷을 삽니다.)

(3) Anh/Chị thích mua sắm ở chợ hay ở trung tâm mua sắm?

(형은/누나는 시장에서 쇼핑하는 것을 좋아하세요 아니면 쇼핑센터에서 하는 것을 좋아하세요?)

→ Tôi thích mua sắm ở chợ vì tôi thích mặc cả.

(나는 흥정하는 것을 좋아하기 때문에 시장에서 쇼핑하는 것을 좋아합니다.)

Bài 6

문형연습 ❶ p.69

1

(1) Chị có đi chơi đâu không?

(누나/언니 어딘가 놀러가세요?)

(2) Hôm nay, bạn có gặp ai không?

(오늘, 너는 누군가 만나니?)

(3) Em có kế hoạch gì không?

(너는 무슨 계획이라도 있니?)

2

(1) A: Ông đi đâu về?

(할아버지 어디 갔다 오세요?)

B: Ông đi chợ về.

(할아버지 시장 갔다 왔어.)

(2) A: Bà đi đâu về?

(할머니 어디 갔다 오세요?)

B: Bà đi làm về.

(할머니 일하러 갔다 왔어.)

(3) A: Chị đi đâu về?

(누나/언니 어디 갔다 오세요?)

B: Chị đi học về.

(누나/언니 공부하러 갔다 왔어.)

문형연습 ❷ p.71

1

(1) A: Chị thấy người Việt Nam thế nào?

(누나/언니가 생각하기에 베트남 사람은 어때요?)

B: Chị thấy người Việt Nam rất thân thiện.

(누나/언니가 생각하기에 베트남 사람은 매우 친절해.)

(2) A: Chị thấy món ăn Việt Nam thế nào?

(누나/언니가 생각하기에 베트남 음식은 어때요?)

B: Chị thấy món ăn Việt Nam rất ngon.

(누나/언니가 생각하기에 베트남 음식은 매우 맛있어.)

(3) A: Chị thấy khách sạn này thế nào?

(누나/언니가 생각하기에 이 호텔은 어때요?)

B: Chị thấy khách sạn này phục vụ rất tốt.

(누나/언니가 생각하기에 이 호텔은 서비스가 매우 좋아.)

2

(1) A: Ở đây, người nào biết tiếng Việt?

(여기는 어떤 사람이 베트남어를 알아요?)

B: Ở đây, người nào cũng biết tiếng Việt.

(여기는 어떤 사람이든지 베트남어를 알아요.)

(2) A: Ở đây, cái nào rẻ?

(여기는 어떤 것이 저렴해요?)

B: Ở đây, cái nào cũng rẻ.

(여기는 어떤 것이든지 저렴해요.)

(3) A: Ở đây, chỗ nào đẹp?

(여기는 어떤 장소가 예뻐요?)

B: Ở đây, chỗ nào cũng đẹp.

(여기는 어떤 장소든지 예뻐요.)

문형연습 ❸ p.73

1

(1) Vì hôm nay, chị được nhận lương.
(왜냐하면 오늘 누나/언니는 급여를 받게 되었거든.)

(2) Vì tuần sau, chị được đi du lịch.
(왜냐하면 다음주에 누나/언니는 여행을 가게 되었거든.)

(3) Vì bây giờ, chị được khen.
(왜냐하면 지금 누나/언니는 칭찬을 받았거든.)

2

(1) Tuấn được Lan tặng một cái đồng hồ.
(뚜언은 란으로부터 시계 한 개를 선물 받았다.)

(2) Tuấn được thầy giáo khen.
(뚜언은 선생님으로부터 칭찬을 받았다.)

(3) Tuấn được bác cho tiền.
(뚜언은 큰아버지로부터 돈을 받았다.)

회화연습 ❶ p.75

2

chị có đi đâu không

đi Đà Lạt về

Chị thấy Đà Lạt thế nào

Ở đâu cũng có hoa

회화연습 ❷ p.76

3

> Hôm nay, So-mi và Minh nói chuyện về chuyến du lịch. So-mi mới đi Đà Lạt về. So-mi nói là phong cảnh Đà Lạt rất đẹp vì ở đâu cũng có hoa. Minh chưa có dịp đi Đà Lạt nên muốn đi Đà Lạt vào mùa đông tới.

> 오늘, 소미와 민은 여행에 관해서 이야기 합니다. 소미는 막 달랏에 갔다 왔습니다. 소미는, 어디든지 꽃이 있기 때문에 달랏의 풍경은 매우 아름답다고 말합니다. 민은 아직 달랏에 갈 기회가 없었습니다 그래서 이번 겨울에 달랏에 가고 싶습니다.

(1) Hôm nay, So-mi và Minh nói chuyện về nơi nào?
(오늘 소미와 민은 어느 장소에 대해서 이야기 합니까?)

  ① Vũng Tàu
  (붕따우)

  ② Đà Lạt
  (달랏)

(2) So-mi thấy Đà Lạt thế nào?
(소미는 달랏을 어떻게 생각합니까?)

  ① Phong cảnh Đà Lạt rất đẹp
  (달랏의 풍경은 매우 아름답다)

  ② Người Đà Lạt rất quý khách
  (달랏 사람들은 손님을 매우 귀하게 여긴다)

4

(1) Cuối tuần này, anh/chị có đi đâu không?
(이번 주말에 형은/누나는 어딘가 갑니까?)

모범 답안

→ Có. Cuối tuần này, tôi đến thăm nhà bố mẹ.
(네. 이번 주말에 나는 부모님 댁을 방문하러 갑니다.)

(2) Ở Hàn Quốc, nơi nào nổi tiếng với người nước ngoài?
(한국에서는 어느 장소가 외국인에게 유명합니까?)

모범 답안

→ Ở Hàn Quốc, Gyeongbokgung được nhiều người nước ngoài yêu thích.

(한국에서는 경복궁이 많은 외국인들로부터 사랑을 받습니다.)

(3) Anh/Chị thấy món ăn Việt Nam thế nào?

(형이/누나가 생각하기에 베트남 음식은 어떻습니까?)

모범 답안

→ Tôi thấy các món ăn Việt Nam chủ yếu làm từ rau quả nên tốt cho sức khoẻ.

(내가 생각하기에는 베트남 음식들은 주로 채소로 만들어서 건강에 좋습니다.)

Bài 7

문형연습 ❶ p.81

1

(1) A: Bạn cần mua gì?

(너는 무엇을 살 필요가 있어?)

B: Mình cần mua mấy quyển tiểu thuyết.

(나는 몇 권의 소설을 살 필요가 있어.)

(2) A: Bạn cần học gì?

(너는 무엇을 공부할 필요가 있어?)

B: Mình cần học phát âm tiếng Anh.

(나는 영어 발음을 공부할 필요가 있어.)

(3) A: Bạn cần tìm gì?

(너는 무엇을 찾을 필요가 있어?)

B: Mình cần tìm địa điểm hẹn ngày mai.

(나는 내일 약속 장소를 찾을 필요가 있어.)

2

(1) A: Chị cần nói lại không?

(누나/언니가 다시 말할 필요가 있어요?)

B: Vì em đã hiểu rồi nên chị không cần nói lại.

(제가 이미 이해했기 때문에 누나/언니는 다시 말할 필요가 없어요.)

(2) A: Chị cần đi bệnh viện không?

(누나/언니는 병원에 갈 필요가 있어요?)

B: Vì uống thuốc rồi nên chị không cần đi bệnh viện.

(약을 이미 먹었기 때문에 누나/언니는 병원에 갈 필요가 없어.)

(3) A: Chị cần làm thêm không?

(누나/언니는 추가 근무를 할 필요가 있어요?)

B: Vì hôm nay giám đốc về nhà sớm nên chị không cần làm thêm.

(오늘 사장님이 일찍 퇴근을 하셨기 때문에 누나/언니는 추가 근무를 할 필요가 없어.)

문형연습 ❷ p.83

1

(1) A: Busan cách Seoul bao xa?

(부산이 서울로부터 얼마나 멀어?)

B: Khoảng 500 km chị ạ.

(대략 500km예요 누나/언니.)

(2) A: Đà Nẵng cách Hà Nội bao xa?

(다낭이 하노이로부터 얼마나 멀어?)

B: Khoảng 800 km chị ạ.

(대략 800km예요 누나/언니.)

(3) A: Công viên cách nhà em bao xa?

(공원이 네 집으로부터 얼마나 멀어?)

B: Khoảng 500 m chị ạ.

(대략 500m예요 누나/언니.)

2

(1) A: Từ ga tàu điện ngầm đến đây có xa không?

(지하철역에서 여기까지 멀어요?)

B: Không. Từ ga tàu điện ngầm đến đây gần lắm.

(아니요. 지하철역에서 여기까지 아주 가까워요.)

(2) A: Từ nhà anh đến công ti có xa không?

(형/오빠의 집에서 회사까지 멀어요?)

B: Có. Từ nhà anh đến công ti hơi xa.

(응. 형/오빠의 집에서 회사까지 약간 멀어.)

(3) A: Đi xe máy từ Nhà hát Lớn đến đây có xa không?

(오토바이를 타고 대극장에서 여기까지 멀어요?)

B: Có. Đi xe máy từ Nhà hát Lớn đến đây mất 30 phút.

(네. 오토바이를 타고 대극장에서 여기까지 30분 걸려요.)

문형연습 ③ p.85

1

(1) Anh làm ơn đổi giúp tôi 100 đô la.

(100달러를 환전해 주세요.)

(2) Anh làm ơn đặt giúp tôi vé chuyến bay sáng mai.

(내일 아침 비행기편을 예약해 주세요.)

(3) Anh làm ơn chỉ giúp tôi đường đến hiệu sách.

(서점에 가는 길을 알려 주세요.)

2

(1) Em bị tai nạn giao thông trên đường đi làm.

(저는 출근하는 길에 교통사고를 당했어요.)

(2) Em bị mẹ mắng vì lười học.

(저는 공부를 게을리해서 어머니께 꾸중을 들었어요.)

(3) Em bị phạt vì không trả sách thư viện.

(저는 도서관에 책을 반납하지 않아서 벌금을 물었어요.)

회화연습 ❶ p.87

2

tôi cần xe 7 chỗ

Chỗ đó cách đây bao xa

Anh làm ơn đi nhanh giúp tôi một chút

bị tắc đường

회화연습 ❷ p.88

3

Hôm nay, Minh đến sân bay quốc tế Nội Bài để đón khách. Minh gọi một chiếc taxi 7 chỗ. Nhà Minh cách sân bay khoảng 30 km. Bây giờ, Minh đang sợ sẽ đến muộn vì giờ cao điểm đường rất tắc.

오늘, 민은 손님을 맞이하기 위해 노이바이 국제 공항에 갑니다. 민은 7인승 택시 한 대를 불렀습니다. 민의 집은 공항으로부터 대략 30km 떨어져 있습니다. 지금 민은 러시아워라 길이 너무 막혀서 늦게 도착할까봐 걱정입니다.

(1) Từ nhà Minh cách sân bay bao xa?

(민의 집에서 공항까지는 얼마나 멉니까?)

① Khoảng 30 km

(대략 30km)

② Khoảng 35 km

(대략 35km)

(2) Vì sao Minh sợ đến muộn?

(왜 민은 늦게 도착할까봐 걱정입니까?)

① Vì đang là giờ cao điểm nên bị tắc đường.

(왜냐하면 지금이 러시아워라 길이 막히기 때문입니다.)

② Vì xe taxi của Minh bị hỏng.

(왜냐하면 민의 택시가 고장났기 때문입니다.)

4

(1) Quê anh/chị cách Seoul bao xa?

(형/누나의 고향은 서울로부터 얼마나 멀어요?)

모범 답안

→ Quê tôi cách Seoul khoảng 500 km.

(나의 고향은 서울로부터 500km 떨어져 있습니다.)

(2) Ở Hàn Quốc, có hay bị tắc đường không?

(한국에서는 자주 길이 막히나요?)

모범 답안

→ Vào giờ cao điểm, thường xuyên bị tắc đường.

(러시아워에는, 흔히 길이 막힙니다.)

(3) Trước khi đi Việt Nam, anh/chị có cần chuẩn bị gì không?

(베트남에 가기 전에, 형은/누나는 무언가 준비할 필요가 있나요?)

모범 답안

→ Trước khi đi Việt Nam, tôi cần mua thẻ SIM.

(베트남에 가기 전에, 나는 유심카드를 살 필요가 있습니다.)

Bài 8

문형연습 ❶ p.93

1

(1) Tôi muốn đặt bàn vào thứ hai tuần sau được không?

(다음 주 월요일에 테이블 예약 가능한가요?)

(2) Tôi muốn đặt phòng vào thứ hai tuần sau được không?

(다음 주 월요일에 방 예약 가능한가요?)

(3) Tôi muốn đặt vé vào thứ hai tuần sau được không?

(다음 주 월요일에 표 예약 가능한가요?)

2

(1) Chưa, chị phải thuê xe máy đã.

(아직, 누나/언니는 우선 오토바이를 빌려야만 해.)

(2) Chưa, chị phải đọc sách đã.

(아직, 누나/언니는 우선 책을 읽어야만 해.)

(3) Chưa, chị phải uống nước đã.

(아직, 누나/언니는 우선 물을 마셔야만 해.)

문형연습 ❷ p.95

1

(1) Hết giờ mở cửa rồi à?

(폐점시간이 다 되었나요?)

(2) Hết áo màu hồng rồi à?

(분홍색 옷은 다 팔렸나요?)

(3) Hết vé đi Đà Nẵng rồi à?

(다낭 가는 표는 다 팔렸나요?)

2

(1) A : Anh ăn mấy cái?

(형은/오빠는 몇 개를 드시나요?)

B : Tôi muốn ăn nhiều nhất có thể.

(나는 가능한 한 많이 먹고 싶어요.)

(2) A : Anh mua áo cỡ bao nhiêu?
(형은/오빠는 옷 사이즈는 몇을 사나요?)

B : Tôi muốn mua cỡ to nhất có thể.
(나는 가능한 한 큰 사이즈를 사고 싶어요.)

(3) A : Anh gửi thế nào?
(형은/오빠는 어떻게 보내나요?)

B : Tôi muốn gửi nhanh nhất có thể.
(나는 가능한 한 빠르게 보내고 싶어요.)

문형연습 ❸ p.97

1

(1) Cho tôi thêm thông tin nữa được không?
(정보 좀 더 주실 수 있나요?)

(2) Cho tôi thêm 1 cốc cà phê nữa được không?
(커피 한잔 더 주실 수 있나요?)

(3) Cho tôi thêm mấy ngày nữa được không?
(며칠 더 주실 수 있나요?)

2

(1) Anh đi du lịch trong 4 ngày 3 đêm.
(형은/오빠는 3박 4일간 여행해.)

(2) Anh đi du lịch trong 4 ngày.
(형은/오빠는 4일간 여행해.)

(3) Anh đi du lịch trong 1 tuần.
(형은/오빠는 일주일을 여행해.)

회화연습 ❶ p.99

2

muốn đặt một phòng đôi
Để em xem lịch đã.
ngày gần nhất có thể.

phòng đơn
3 ngày 2 đêm.

회화연습 ❷ p.100

3

Hôm nay, anh Sơn đã gọi điện đến khách sạn ABC để đặt phòng. Anh ấy muốn đặt một phòng đôi vào thứ tư tuần này. Nhưng cả tuần này đều hết phòng rồi nên anh ấy đã thuê phòng vào thứ hai tuần sau và còn đặt thêm một phòng đơn nữa.

오늘 선 형/오빠는 방을 예약하기 위해 ABC호텔에 전화했습니다. 그는 이번 주 수요일에 더블룸 하나를 예약하고 싶었습니다. 그렇지만 이번 주 모두 다 방이 차서 그는 다음 주 월요일에 방을 빌렸고 싱글룸 하나를 더 예약하였습니다.

(1) Anh Sơn gọi điện đến khách sạn ABC để làm gì?
(선 형/오빠는 ABC호텔에 무엇을 하러 전화 했나요?)

① Anh ấy muốn đặt phòng
(그는 방을 예약하고 싶었다.)

② Anh ấy muốn trả tiền
(그는 돈을 지불하고 싶었다.)

(2) Tuần này khách sạn ABC còn mấy phòng?
(이번 주 ABC호텔은 방이 몇 개 남았나요?)

① Hết phòng rồi
(다 찼다)

② Một phòng đôi
(더블룸 하나)

4

(1) Anh/Chị đã đặt phòng khách sạn trước bao giờ chưa?

(당신은 호텔방 예약을 해본 적 있나요?)

모범 답안

→ Chưa. Tôi chưa bao giờ đặt phòng khách sạn trước.

(나는 아직 호텔방 예약을 해본 적이 없어요.)

(2) Anh/Chị đặt phòng để làm gì?

(당신은 무엇을 하기 위해 방 예약을 했나요?)

모범 답안

→ Tôi đặt phòng để đi du lịch Việt Nam.

(나는 베트남 여행을 하기 위해 방 예약을 했어요.)

(3) Anh/Chị có thường đặt vé xem phim không?

(당신은 보통 영화표를 예약 하나요?)

모범 답안

→ Vâng. Tôi hay đặt vé xem phim.

(네. 나는 자주 영화표를 예약해요.)

Bài 9

문형연습 **1** p.105

1

(1) Chị Mai làm gì mà áo bẩn thế?

(마이 언니/누나는 뭐하는데 그렇게 옷이 더러워요?)

(2) Chị Mai làm gì mà nhiều tiền thế?

(마이 언니/누나는 뭐하는데 그렇게 돈이 많아요?)

(3) Chị Mai làm gì mà đến sớm thế?

(마이 언니/누나는 뭐하는데 그렇게 일찍 왔어요?)

2

(1) Chị trông em ấy có vẻ chán lắm.

(누나/언니가 보기에 그 애는 많이 지루해 보여.)

(2) Chị trông em ấy có vẻ đang bị ốm.

(누나/언니가 보기에 그 애는 아파 보여.)

(3) Chị trông em ấy có vẻ không thích việc này.

(누나/언니가 보기에 그 애는 이 일을 싫어해 보여.)

문형연습 **2** p.107

1

(1) A : Bạn đang đọc sách hả?

(너 책 읽고 있니?)

B : Ừ, mình đang đọc sách về Việt Nam.

(응, 나 베트남에 관한 책을 읽고 있어.)

(2) A : Bạn không về nhà hả?

(너 집에 안가니?)

B : Ừ, mình không muốn về nhà.

(응, 나 집에 가기 싫어.)

(3) A : Bạn ăn cơm rồi hả?

(너 이미 밥 먹은 거니?)

B : Ừ, mình ăn nhanh lắm.

(응, 나는 아주 빨리 먹었어.)

2

(1) Anh đau bụng lắm, làm sao mà ăn được.

(형은/오빠는 배가 매우 아픈데 어떻게 먹을 수 있겠어.)

(2) Anh phải giảm cân, làm sao mà ăn tiếp được.

(형은/오빠는 살을 빼야하는데 어떻게 계속 먹을 수 있겠어.)

(3) Anh thấy cay quá, làm sao mà ăn hết được.

(형이/오빠가 보기에 너무 매운데 어떻게 다 먹을 수 있겠어.)

문형연습 ❸ p.109

1

(1) Ngoài sách này ra, chị còn cần mượn sách gì nữa không?
(이 책 이외에 무슨 책 더 빌리실 필요 있으신가요?)

(2) Ngoài xem phim ra, chị còn muốn làm gì nữa không?
(영화 보는 것 이외에 뭘 더 하고 싶은 것 있으신가요?)

(3) Ngoài đặt vé ra, chị còn cần gì nữa không?
(표 예약 이외에 뭐 더 필요한 것 있으신가요?)

2

(1) Ngoài ra, Việt Nam còn có rất nhiều di tích lịch sử.
(이외에도 베트남은 아주 많은 유적지가 있어.)

(2) Ngoài ra, Việt Nam còn có rất nhiều xe máy.
(이외에도 베트남은 아주 많은 오토바이가 있어.)

(3) Ngoài ra, Việt Nam còn có rất nhiều phong cảnh đẹp.
(이외에도 베트남은 아주 많은 아름다운 풍경이 있어.)

회화연습 ❶ p.111

2

làm gì mà đá bóng giỏi thế nhỉ
trông anh ấy có vẻ rất khoẻ
làm sao mà không thích được
ngoài việc chơi bóng đá giỏi ra

회화연습 ❷ p.112

3

Mai rất thích xem bóng đá nên sở thích của Mai là xem bóng đá. Tuy không thích chơi bóng đá nhưng Mai luôn luôn xem bóng đá trên ti vi. Trong các cầu thủ bóng đá, Mai thích cầu thủ Son Heung-min nhất. Vì ngoài việc chơi bóng đá giỏi ra, anh ấy còn rất khiêm tốn và lịch sự nữa.

마이는 축구보기를 매우 좋아해서 마이의 취미는 축구보기 입니다. 비록 축구하는 것을 좋아하진 않지만 마이는 항상 티비에서 축구를 봅니다. 축구선수들 중, 마이는 손흥민 선수를 가장 좋아합니다. 왜냐하면 축구를 잘하는 것 이외에도 그는 매우 겸손하고 예의바르기 때문입니다.

(1) Sở thích của Mai là gì?
(마이의 취미는 무엇인가요?)
  ① Chơi bóng đá
  (축구하기)
  ② Xem bóng đá
  (축구보기)

(2) Vì sao Mai thích cầu thủ Son Heung-min nhất?
(마이는 왜 손흥민 선수를 가장 좋아하나요?)
  ① Vì ngoài việc chơi bóng đá giỏi ra, anh ấy còn rất khiêm tốn và lịch sự nữa.
  (왜냐하면 축구를 잘하는 것 이외에, 그는 매우 겸손하고 예의바르기 때문입니다.)
  ② Vì ngoài việc học giỏi ra, anh ấy còn rất chu đáo và vui tính
  (왜냐하면 공부를 잘하는 것 이외에, 그는 매우 주도면밀하고 성격이 좋기 때문입니다.)

4

(1) Anh/Chị đã xem bóng đá bao giờ chưa?
(당신은 축구를 본 적 있나요?)

모범 답안

→ Chưa. Tôi chưa bao giờ xem bóng đá.
(아직이요. 나는 아직 축구를 본 적이 없어요.)

(2) Vì sao anh/chị thích/không thích bóng đá?
(당신은 왜 축구를 좋아/안 좋아하나요?)

모범 답안

→ Tôi thích bóng đá vì bóng đá là môn thể thao cần sự đoàn kết.
(나는 축구가 단결이 필요한 스포츠이기 때문에 좋아해요.)

(3) Ngoài bóng đá ra, anh/chị còn thích môn thể thao nào?
(축구 이외에, 당신은 어떤 스포츠를 좋아하나요?)

모범 답안

→ Ngoài bóng đá ra, tôi còn thích Taekwondo.
(축구 이외에, 나는 태권도를 좋아해요.)

Bài 10

문형연습 **1** p.117

1

(1) Tôi muốn đổi đô la Mĩ sang tiền Hàn Quốc.
(나는 미화를 한국 돈으로 바꾸고 싶어요.)

(2) Tôi muốn đổi tiền Hàn Quốc sang tiền Việt Nam.
(나는 한국 돈을 베트남 돈으로 바꾸고 싶어요.)

(3) Tôi muốn đổi tiền Hàn Quốc sang đô la Mĩ.
(나는 한국 돈을 미화로 바꾸고 싶어요.)

2

(1) Vậy tôi đổi cái quần này bằng cái áo kia có được không?
(그럼 이 바지를 저 옷으로 교환해도 될까요?)

(2) Vậy tôi đổi cái mũ này bằng cái nón kia có được không?
(그럼 이 모자를 저 논으로 교환해도 될까요?)

(3) Vậy tôi đổi quyển từ điển này bằng quyển tiểu thuyết kia có được không?
(그럼 이 사전을 저 소설책으로 교환해도 될까요?)

문형연습 **2** p.119

1

(1) Hôm nay tỉ giá thế nào?
(오늘 환율이 어떻게 돼요?)

(2) Tỉ giá hôm nay bao nhiêu?
(오늘 환율이 얼마예요?)

(3) Tôi muốn biết tỉ giá hôm nay.
(오늘 환율을 알고 싶어요.)

2

(1) 1 đô la là 23.100 đồng.
(1달러에 23,100동이에요.)

(2) 1 đô la bằng 23.100 đồng.
(1달러에 23,100동이에요.)

(3) 1 đô la đổi được 23.100 đồng.
(1달러는 23,100동으로 바꿀 수 있어요.)

문형연습 ❸ p.121

1

(1) Em nghe bài hát này xem.
(이 노래를 들어 봐.)

(2) Em ăn món ăn kia xem.
(저 음식을 먹어 봐.)

(3) Em đội cái mũ đó xem.
(그 모자를 써 봐.)

2

(1) A : Bạn đã hiểu chưa?
(너 이해했니?)

B : Ừ, mình rõ rồi.
(응, 확실해졌어.)

(2) A : Bạn là con út phải không?
(너는 막내가 맞니?)

B : Ừ, đúng rồi.
(응, 맞아.)

(3) A : Bạn cũng đi chứ?
(너도 가지?)

B : Ừ, tất nhiên rồi.
(응, 당연하지.)

회화연습 ❶ p.123

2

muốn đổi đô la Mĩ sang tiền Việt Nam /
Tỉ giá hôm nay bao nhiêu
1 đô la bằng 23.100 đồng
kiểm tra số tiền xem
đủ rồi

회화연습 ❷ p.124

3

> Hôm nay, So-mi đến ngân hàng để đổi đô la Mĩ sang tiền Việt Nam. So-mi đã hỏi nhân viên ngân hàng tỉ giá hôm nay. Nhân viên trả lời là 1 đô la bằng 23.100 đồng. Sau đó, So-mi đã nhờ nhân viên đổi giúp 300 đô la.
>
> 오늘 소미는 미화를 베트남 돈으로 바꾸기 위해 은행에 갔습니다. 소미는 은행 직원에게 오늘의 환율을 물었습니다. 직원은 1달러에 23,100동이라고 대답했습니다. 그 후, 소미는 직원에게 300달러를 바꿔 달라고 부탁했습니다.

(1) Hôm nay So-mi đến ngân hàng để làm gì?
(오늘 소미는 무엇을 하기 위해 은행에 갔나요?)

① Để đổi tiền
(환전하기 위해)

② Để xin việc
(구직하기 위해)

(2) Hôm nay, 1 đô la Mĩ đổi được bao nhiêu đồng?
(오늘 미화 1달러는 몇 동으로 바꿀 수 있나요?)

① 300 đồng
(300동)

② 23.100 đồng
(23,100동)

4

(1) Anh/Chị đã đổi tiền ở ngân hàng bao giờ chưa?
(당신은 은행에서 환전해 본 적이 있습니까?)

모범 답안

→ Rồi. Tôi đã đổi tiền đô la Mĩ sang tiền Việt Nam nhiều lần rồi.

(네. 나는 미화를 베트남 돈으로 여러 번 환전해 봤습니다.)

(2) Hôm nay, 1 đô la Mĩ bằng bao nhiêu won?

(오늘은 미화 1달러에 몇 원입니까?)

모범 답안

→ Hôm nay, 1 đô la Mĩ bằng 1.183 won.

(오늘은 미화 1달러에 1,183원입니다.)

(3) Khi muốn nhờ nhân viên ngân hàng đổi giúp 300 đô la sang tiền Việt Nam, anh/chị sẽ nói thế nào?

(은행 직원에게 300달러를 베트남 돈으로 바꿔 달라고 부탁할 때 당신은 어떻게 말할 겁니까?)

모범 답안

→ Anh/Chị đổi giúp tôi 300 đô la sang tiền Việt Nam nhé.

(300달러를 베트남 돈으로 바꿔 주세요.)

Bài 11

문형연습 ❶ p.129

1

(1) Tôi muốn gửi bưu phẩm này đến Úc.

(나는 이 소포를 호주로 보내고 싶어요.)

(2) Tôi muốn gửi bưu phẩm này đến Trung Quốc.

(나는 이 소포를 중국으로 보내고 싶어요.)

(3) Tôi muốn gửi lá thư này đến công ti ABC.

(나는 이 편지를 ABC 회사로 보내고 싶어요.)

2

(1) Anh đi gửi bưu phẩm này ra Hà Nội.

(형은/오빠는 이 소포를 하노이에 부치러 가.)

(2) Anh đi gửi bưu phẩm này vào TP. Hồ Chí Minh.

(형은/오빠는 이 소포를 호찌민시에 부치러 가.)

(3) Anh đi gửi lá thư này về Hàn Quốc.

(형은/오빠는 이 편지를 한국에 부치러 가.)

문형연습 ❷ p.131

1

(1) A : Mua quà trước hay ăn cơm trước?

(선물을 먼저 살까, 아니면 밥을 먼저 먹을까?)

B : Làm thế nào cũng được.

(어떻게 해도 괜찮아.)

(2) A : Mình phải nhảy như thế nào?

(어떻게 춤춰야 하나?)

B : Nhảy thế nào cũng được.

(어떻게 춤춰도 괜찮아.)

(3) A : Tớ phải nói thế nào?

(어떻게 말해야 하나?)

B : Nói thế nào cũng được.

(어떻게 말해도 괜찮아.)

2

(1) A : Cậu đi bộ đến trường thì mất bao nhiêu phút?

(학교에 걸어서 가면 몇 분 걸려?)

B : Mất khoảng 15 phút.

(약 15분 걸려.)

(2) A : Từ đây đến Huế đi bằng xe buýt thì mất mấy tiếng?

(여기에서 후에까지 버스로 가면 몇 시간 걸려?)

B : Mất khoảng 7 tiếng.

(약 7시간 걸려.)

(3) A : Gửi thường thì mất bao nhiêu ngày?

(일반 우편으로 보내면 며칠 걸려요?)

B : Mất khoảng 10 ngày.

(약 10일 걸려요.)

문형연습 ❸ p.133

1

(1) Em đi theo đường này rồi rẽ trái thì sẽ thấy ngân hàng.

(이 길을 따라가고 나서 좌회전하면 은행이 보일 거야.)

(2) Em học xong rồi hãy đi chơi.

(공부 다 끝내고 나서 놀러 가렴.)

(3) Em mua hoa quả xong rồi đi mua thịt nhé.

(과일 사고 나서 고기를 사러 가렴.)

2

(1) A : Em làm việc xong chưa?

(너 일하는 거 끝났니?)

B : Dạ, em vừa làm việc xong rồi.

(네, 방금 끝났어요.)

(2) A : Em nấu xong chưa?

(너 요리하는 거 끝났니?)

B : Dạ, em vừa nấu xong rồi.

(네, 방금 끝났어요.)

(3) A : Em làm bài tập xong chưa?

(너 숙제 다 했니?)

B : Dạ, em vừa làm bài tập xong rồi.

(네, 방금 다 했어요.)

회화연습 ❶ p.135

2

muốn gửi bưu phẩm này đến Hàn Quốc

Gửi thế nào cũng được / mất bao lâu

ghi rõ địa chỉ của người gửi, người nhận

và loại hàng hoá rồi kí tên

viết xong rồi

회화연습 ❷ p.136

3

Hôm nay, Tuấn đến bưu điện để gửi bưu phẩm đến Hàn Quốc. Trong bưu phẩm của Tuấn có áo dài và mấy quyển sách. Nhân viên bưu điện nói với Tuấn là gửi nhanh thì mất khoảng 3 ngày. Vì vậy, Tuấn đã nhờ nhân viên gửi nhanh.

오늘 뚜언은 한국으로 소포를 보내기 위해 우체국에 갔습니다. 뚜언의 소포에는 아오자이와 몇 권의 책이 있습니다. 우체국 직원은 뚜언에게 빠른 우편으로 보내면 3일 정도 걸린다고 말했습니다. 그래서 뚜언은 직원에게 빠른 우편으로 보내달라고 부탁했습니다.

(1) Hôm nay Tuấn đến bưu điện để làm gì?

(오늘 뚜언은 무엇을 하기 위해 우체국에 갔나요?)

① Để viết thư

(편지를 쓰기 위해)

② Để gửi bưu phẩm

(소포를 보내기 위해)

(2) Gửi nhanh thì mất bao lâu?

(빠른 우편으로 보내면 얼마나 걸리나요?)

① Khoảng 3 ngày

(약 3일)

② Khoảng 3 tuần

(약 3주)

4

(1) Anh/Chị đã từng gửi thư hoặc bưu phẩm đến nước nào?

(당신은 편지나 소포를 어느 나라에 보낸 적이 있습니까?)

→ Tôi đã từng gửi bưu phẩm đến
  Việt Nam.

(나는 베트남에 소포를 보낸 적이 있습니다.)

(2) Anh/Chị thường tập thể dục rồi ăn
  sáng hay ăn sáng rồi tập thể dục?

(당신은 보통 운동하고 나서 아침을 먹습니까, 아니
면 아침을 먹고 나서 운동을 합니까?)

→ Tôi thường tập thể dục rồi ăn sáng.

(나는 보통 운동하고 나서 아침을 먹습니다.)

(3) Sau khi học xong quyển sách này,
  anh/chị sẽ làm gì?

(이 책을 다 공부한 후에, 당신을 무엇을 할 겁니까?)

→ Sau khi học xong quyển sách này,
  tôi sẽ đi làm ở Việt Nam.

(이 책을 다 공부한 후에, 나는 베트남에 일하러
갈 겁니다.)

Bài 12

문형연습 ❶ p.141

1

(1) A : Hôm nay, chị thấy thế nào?
  (오늘은 어떠세요?)

  B : Tôi đỡ đau hơn.
  (아픈 게 덜해요.)

(2) A : Hôm nay, cháu Linh vẫn sốt cao
  à?
  (오늘 린은 여전히 열이 높아?)

  B : Cháu Linh đỡ sốt rồi.
  (린은 열이 좀 덜해(내렸어).)

(3) A : Hôm nay, trời vẫn nóng lắm à?
  (오늘 날씨가 여전히 아주 더워?)

  B : Trời đỡ nóng hơn hôm qua.
  (어제보다는 덜 더워.)

2

(1) A : Phòng vẫn tối à?
  (방이 여전히 어두워?)

  B : Không, sáng lên rồi.
  (아니, 밝아졌어.)

(2) A : Mẹ em vẫn khoẻ chứ?
  (네 어머니는 여전히 건강하시지?)

  B : Không, mẹ em yếu đi nhiều rồi.
  (아니요, 제 어머니는 많이 약해지셨어요.)

(3) A : Tóc của chị ấy vẫn ngắn à?
  (그녀의 머리카락은 여전히 짧아?)

  B : Không, dài ra rồi.
  (아니, 길어졌어.)

문형연습 ❷ p.143

1

(1) A : Anh dịch được bài này không?
  (이 과를 번역할 수 있어요?)

  B1 : Tôi có thể dịch được bài này.
  (나는 이 과를 번역할 수 있어요.)

  B2 : Tôi không thể dịch được bài
  này.
  (나는 이 과를 번역할 수 없어요.)

(2) A : Anh hiểu được câu tiếng Việt
  này không?
  (이 베트남어 문장을 이해할 수 있어요?)

  B1 : Tôi có thể hiểu được câu tiếng
  Việt này.
  (나는 이 베트남어 문장을 이해할 수 있어요.)

  B2 : Tôi không thể hiểu được câu
  tiếng Việt này.
  (나는 이 베트남어 문장을 이해할 수 없어요.)

(3) A : Anh làm được việc ấy không?

(그 일을 할 수 있어요?)

B1 : Tôi có thể làm được việc ấy.

(나는 그 일을 할 수 있어요.)

B2 : Tôi không thể làm được việc ấy.

(나는 그 일을 할 수 없어요.)

2

(1) A : Chị có biết anh ấy không?

(그를 알아요?)

B : Tôi không biết đâu.

(모르는데요.)

(2) A : Cậu gọi điện cho cô Lan chưa?

(너 란 선생님께 전화했어?)

B : Tớ chưa gọi đâu.

(아직 안 했는데.)

(3) A : Bạn ấy có phải là người Việt không?

(그 친구는 베트남 사람이야?)

B : Bạn ấy không phải là người Việt đâu.

(그 친구는 베트남 사람이 아닌데.)

문형연습 ❸ p.145

1

(1) A : Khi nào anh ấy về Hà Nội?

(그는 언제 하노이에 돌아와?)

B : Ngày mai anh ấy mới về Hà Nội.

(그는 내일 비로소 하노이에 돌아와.)

(2) A : Khi nào tôi mới nói tiếng Việt giỏi?

(나는 언제 비로소 베트남어를 잘 말할까요?)

B : Chị phải tập nói nhiều thì mới nói giỏi.

(말하기 연습을 많이 해야 비로소 잘 말해요.)

(3) A : Khi nào con được xem ti vi?

(저는 언제 텔레비전을 볼 수 있어요?)

B : Con học xong mới được xem ti vi.

(너는 공부 마치면 비로소 텔레비전을 볼 수 있어.)

2

(1) Khi nào bạn đi Việt Nam, bạn mua giúp mình cái áo dài nhé.

(언제 베트남에 갈 때, 아오자이 좀 사다 줘.)

(2) Khi nào chị rỗi, chị đến nhà em chơi nhé.

(언제 한가할 때, 우리집에 놀러 오세요.)

(3) Khi nào đi gặp thầy Sơn, cậu báo cho tớ nhé.

(언제 선 선생님을 만나러 갈 때, 나한테 알려줘.)

회화연습 ❶ p.147

2

đỡ đau hơn

thấy khoẻ ra nhiều

có thể đi làm được không

chưa được đâu

mới ra viện được

Khi nào anh ra viện được

회화연습 ❷ p.148

3

Se-ho đang phải ở bệnh viện do bị viêm gan nặng. Hôm nay Se-ho đỡ mệt hơn và thấy khoẻ ra nhiều rồi. Se-ho muốn đi làm từ ngày mai nhưng bác sĩ bảo là Se-ho chưa đi làm được. Se-ho phải điều trị một vài ngày nữa mới ra viện được.

세호는 간염때문에 병원에 있어야만 합니다. 오늘 세호는 통증이 덜하고 많이 건강해진 것 같습니다. 세호는 내일부터 출근하고 싶지만 의사 선생님은 세호가 아직 출근할 수 없다고 말했습니다. 세호는 며칠 더 치료해야만 비로소 퇴원할 수 있습니다.

(1) Hôm nay, Se-ho thấy thế nào?
(오늘 세호는 어떤 것 같습니까?)

① Khoẻ ra nhiều rồi
(많이 건강해졌다)

② Ngày càng yếu đi
(날이 갈수록 약해진다)

(2) Khi nào Se-ho mới ra viện được?
(세호는 언제 비로소 퇴원할 수 있습니까?)

① Ngày mai
(내일)

② Một vài ngày nữa
(며칠 후에)

4

(1) Anh/Chị có thể hát được bài hát Việt Nam không?
(당신은 베트남 노래를 부를 수 있습니까?)

모범 답안

→ Tôi không thể hát được bài hát Việt Nam.
(나는 베트남 노래를 못 부릅니다.)

(2) Dạo này anh/chị béo lên hay gầy đi?
(당신은 요즘에 살이 쪘습니까, 아니면 말랐습니까?)

모범 답안

→ Dạo này tôi gầy đi nhiều rồi.
(나는 요즘에 많이 말랐습니다.)

(3) Theo anh/chị, phải làm thế nào mới nói tiếng Việt giỏi được?
(당신이 보기에, 어떻게 해야 비로소 베트남어를 잘 말할 수 있습니까?)

모범 답안

→ Theo tôi, phải nói chuyện với người Việt Nam nhiều mới nói tiếng Việt giỏi được.

(내가 보기에, 베트남 사람과 대화를 많이 해야 비로소 베트남어를 잘 말할 수 있습니다.)

Bài 13

문형연습 ❶ p.153

1

(1) A : Em đã đến thăm ông bà bao giờ?
(너는 언제 할아버지 할머니를 방문했니?)

B : Em đã đến thăm ông bà cách đây mấy tuần.
(저는 몇 주 전에 할아버지 할머니를 방문했어요.)

(2) A : Em đã đi du lịch Hạ Long bao giờ?
(너는 언제 할롱을 여행했니?)

B : Em đã đi du lịch Hạ Long cách đây sáu tháng.
(저는 6개월 전에 할롱을 여행했어요.)

(3) A : Em đã gặp thầy Dũng bao giờ?
(너는 언제 중선생님을 만났니?)

B : Em đã gặp thầy Dũng cách đây vài ngày.
(저는 며칠 전에 중선생님을 만났어요.)

2

(1) A : Các sinh viên mới đến từ đâu?
(신입생들은 어디에서 왔어요?)

B : Các sinh viên mới đến từ các tỉnh khác nhau.
(신입생들은 서로 다른 성에서 왔어요.)

(2) A : Các bạn ấy đến từ đâu?
(그 친구들은 어디에서 왔어요?)

B : Các bạn ấy đến từ Hàn Quốc.
(그 친구들은 한국에서 왔어요.)

(3) A : Hoa quả này đến từ đâu?
(이 과일은 어디에서 왔어요?)

B : Hoa quả này đến từ miền Trung.
(이 과일은 중부에서 왔어요.)

문형연습 ❷ p.155

1

(1) A : Trong tủ lạnh kia có gì đấy?
(저 냉장고에는 무엇이 있어요?)

B : Trong tủ lạnh kia có một số thức
ăn.
(저 냉장고에는 몇몇 음식들이 있어요.)

(2) A : Trong nhà của anh có gì đấy?
(형/오빠의 집에는 무엇이 있어요?)

B : Trong nhà của anh có ti vi, tủ
lạnh, máy lạnh....
(형/오빠 집에는 텔레비전, 냉장고, 에어컨 등
이 있어.)

(3) A : Trong tủ quần áo có gì đấy?
(옷장에는 무엇이 있어요?)

B : Trong tủ quần áo có một số quần
áo.
(옷장에는 몇몇 옷들이 있어요.)

2

(1) A : Cái bàn này thế nào?
(이 책상은 어때요?)

B : Cái bàn này mới được làm lại
nên rất tốt.
(이 책상은 새로 다시 만들어져서 매우 좋아요.)

(2) A : Thức ăn này thế nào?
(이 음식은 어때요?)

B : Thức ăn này mới được nấu xong
nên rất tốt.
(이 음식은 새로 요리돼서 매우 좋아요.)

(3) A : Quyển sách này thế nào?
(이 책은 어때요?)

B : Quyển sách này mới được in nên
rất tốt.
(이 책은 새로 인쇄가 돼서 매우 좋아요.)

문형연습 ❸ p.157

1

(1) A : Hằng ngày, em có đi đâu không?
(매일 너는 어디 가는 곳이 있니?)

B : Có. Hằng ngày, em đều đến thư
viện để đọc sách.
(네. 매일 저는 책을 읽으러 도서관에 갑니다.)

(2) A : Hằng tuần, em có đi đâu không?
(매주 너는 어디 가는 곳이 있니?)

B : Có. Hằng tuần em đều đi chợ để
mua đồ ăn.
(네. 매주 저는 먹을 것을 사러 시장에 갑니다.)

(3) A : Hằng tháng, em có đi đâu không?
(매달 너는 어디 가는 곳이 있니?)

B : Có. Hằng tháng, em đều đến nhà
bạn chơi.
(네. 매달 저는 친구 집에 놀러 갑니다.)

2

(1) A : Anh đã làm thế nào để có thể đến
sớm?
(형은/오빠는 어떻게 일찍 올 수 있었나요?)

B : Nhờ có xe máy mới mà tôi có thể
đến sớm.
(새 오토바이 덕분에 나는 일찍 올 수 있었어
요.)

(2) A : Anh đã làm thế nào để có thể giữ
gìn sức khỏe?
(형은/오빠는 어떻게 건강을 지킬 수 있었나
요?)

B : Nhờ tập thể dục mà tôi có thể giữ
gìn sức khỏe.

(운동을 하는 덕분에 나는 건강을 지킬 수 있었어요.)

(3) A : Anh đã làm thế nào để có thể làm xong bài tập?
(형은/오빠는 어떻게 숙제를 끝낼 수 있었나요?)

B : Nhờ chị Hoa giúp đỡ mà tôi có thể làm xong bài tập.
(호아누나/언니가 도와준 덕분에 나는 숙제를 끝낼 수 있었어요.)

회화연습 ❶ p.159

2

cách đây một tháng

cũng mới được xây

Nhờ có phương tiện giao thông công cộng

회화연습 ❷ p.160

3

Tên em là Se-ho. Em đã chuyển đến khu này cách đây một tháng rồi. Em đến từ khu Lò Đúc. Giống như các nhà khác ở khu này, nhà em mới được xây nên rất thoải mái. Hằng ngày, em đến trường bằng xe buýt. Nhờ có phương tiện giao thông công cộng mà việc đi lại rất thuận tiện. Em rất thích sống ở đây.

제 이름은 세호입니다. 저는 한 달 전에 이 단지로 이사 왔습니다. 저는 로둑에서 왔어요. 이 단지의 다른 집들처럼 저의 집도 새로 지어져서 매우 쾌적해요. 매일 저는 버스로 학교에 갑니다. 대중교통수단 덕분에 오고가는 것이 매우 편리해요. 저는 여기 사는 것이 매우 좋아요.

(1) Se-ho đã chuyển đến khu này cách đây một tháng à?
(세호는 이 단지로 한 달 전에 이사 왔습니까?)

① Vâng.
(예)

② Không.
(아니요)

(2) Se-ho đến trường bằng phương tiện gì?
(세호는 어떤 교통수단으로 학교에 가나요?)

① xe máy
(오토바이)

② xe buýt
(버스)

4

(1) Anh/chị đã chuyển nhà cách đây bao lâu?
(당신은 이사한지 얼마나 됐나요?)

모범 답안

→ Tôi đã chuyển nhà cách đây một tháng.
(나는 한 달 전에 이사했어요.)

(2) Nhà của anh/chị mới được xây à?
(당신의 집은 새로 지어졌나요?)

모범 답안

→ Nhà tôi mới được xây nên rất thoải mái.
(내 집은 새로 지어져서 매우 쾌적합니다.)

(3) Nhờ phương tiện gì mà anh/chị có thể đi lại thuận tiện?
(무슨 교통수단 덕분에 당신은 편리하게 오고 갈 수 있나요?)

모범 답안

→ Nhờ có xe buýt mà tôi có thể đi lại thuận tiện.
(버스 덕분에 나는 편리하게 오고 갈 수 있습니다.)

▌저자

이강우 / 청운대학교 교수

강하나 / 사이버한국외국어대학교 교수

황엘림 / 한국외국어대학교 동남아연구소 연구원

조윤희 / 청운대학교 베트남어교육연구소 연구원

이정은 / 청운대학교 베트남어교육연구소 연구원

최해형 / 청운대학교 교수

Nguyễn Thị Thanh Tâm / 충남외국어고등학교 교사

베트남어 초급 A2
Tiếng Việt Nghe Nói

초판 인쇄	2022년 1월 20일
초판 발행	2022년 1월 25일

저자	이강우, 강하나, 황엘림, 조윤희, 이정은, 최해형, Nguyễn Thị Thanh Tâm
펴낸이	엄태상
책임편집	권이준, 양승주, 김아영
표지 디자인	김지연
내지 디자인	권진희
조판	김성은
콘텐츠 제작	김선웅, 김현이, 유일환
마케팅	이승욱, 왕성석, 노원준, 조인선, 조성민
경영기획	마정인, 조성근, 최성훈, 정다운, 김다미, 오희연
물류	정종진, 윤덕현, 양희은, 신승진

펴낸곳	랭기지플러스
주소	서울시 종로구 자하문로 300 시사빌딩
주문 및 교재 문의	1588-1582
팩스	0502-989-9592
홈페이지	http://www.sisabooks.com
이메일	book_etc@sisadream.com
등록일자	2000년 8월 17일
등록번호	제1-2718호

ISBN 978-89-5518-845-5 (13730)